한국인을 위한

베트남어 길잡이 ❶

한국인을 위한

베트남어 길잡이 1

송정남 편저

HUiNE

개정판에 즈음하여

"한국인을 위한 베트남어 길잡이"가 2010년에 초판이 발행된 이후 지금까지 2판이 발행되었다. 국내에서 베트남어는 다른 여러 특수 언어에 비하여 보다 생소한 언어이다. 이 같은 국내의 실정에도 불구하고 "한국인을 위한 베트남어 길잡이"가 꾸준한 수요를 유지할 수 있었던 것은 그동안 독자들로부터 많은 관심과 사랑을 받았기 때문이라고 본다.

"한국인을 위한 베트남어 길잡이"는 "한국인을 위한 베트남어 회화"와는 달리 베트남어 문법과 독해서이다. 이를 위해 자세한 문법해설과 다양한 예문 및 단어 그리고 과별학습에 근거한 지문으로 체계화시켰다.

그동안 장기 활용기간에 드러났던 문제점들과 아쉬움, 그리고 독자들의 유익한 지적들을 받아들여 "한국인을 위한 베트남어 길잡이"의 개정판을 내게 되었다. 이번 개정판(2쇄)은 다음과 같은 특징을 갖는다.

첫째, 내용을 보다 자연스럽고 상황에 맞게 대폭 수정·보완하였다. 둘째, 지문에 맞는 삽화를 넣어 내용의 생동감을 더했다. 셋째, 문법 해설을 보다 구체화하여 독자의 이해를 높였다. 넷째, 과마다 출제된 문제의 해답을 부록에 넣었다. 다섯째, 베트남어의 어음체계와 문자표, 그리고 베트남어 문법의 몇 가지 기본 특징을 다루었다.

주지하듯이 베트남어는 2014년도 대학입시에서 제2외국어 과목이 되었다. 보도에 의하면 3만 여 명에 가까운 수험생이 베트남어를 선택했다고 한다. 여기에는 "처음 시행된다는 것 때문에 다른 제2외국어에 비하여 더 좋은 등급을 받을 수 있을 것이다."라는 수험생들의 기대감이 크게 작용했다고 본다. 그러나 지금까지 꾸준하게 증가하고 있는 국내의 베트남어 수요를 간과할 수 없을 것이다. 베트남 투자 한국 기업과 베트남 거주 한국인이 각각 3000여 개와 10만을 넘는 현실이 이를 입증한다.

"한국인을 위한 베트남어 길잡이"는 베트남어를 배우려는 국내의 모든 한국인들을 위해 위해 쓰여졌다. 그리고 이 책은 초급에서 고급까지 모두 3권으로 구성되었다. 3권은 곧 출간될 예정이다.

어떻든 이번에 발행되는 개정판(2쇄)는 베트남어를 배우고자하는 국내의 모든 이들에게 크게 도움이 되었으면 한다. 수정·보완되었다고 하지만 완벽할 수는 없다. 따라서 미흡한 부분들은 독자들의 비평과 충고를 받아들여 차후에 또 수정·보완할 예정이다.

2018년 1월

송정남

서언

베트남어는 54개 종족으로 구성된 2014년 현재 9400만 명에 이르는 베트남인들이 사용하는 언어이다. 이외에도 베트남어는 세계에 산재하고 있는 약 200만 명의 월교(越僑)들이 사용하는 언어이기도 하다.

지리적으로 중국과 국경을 같이 했던 관계로 베트남은 우리와 같이 중국문화에 많은 영향을 받았고 이러한 특징은 양국의 언어에서도 찾아볼 수 있다. 그것은 역사에서 양국이 공히 말은 존재하면서도 문자가 없었던 까닭에 오랫동안 한자를 차용하여 각각 이두와 쯔놈(chữ nôm, 𡨸喃)을 만들었다고 하는 점, 17세기에 창조하여 오늘날 통용하고 있는 한글과 베트남어의 명사 중에 각각 80퍼센트와 60퍼센트가 중국의 한자에 기반을 두고 있다는 점을 들 수 있겠다.

베트남어의 창제는 포루투갈 제수잇선교부 소속으로 1624년에서 1645년까지 오랫동안 베트남의 남·북에서 복음사역을 담당했던 프랑스인 알렉산드로 드 로드(Alexandre de Rhodes) 신부에 의해서 과거 베트남선교를 목적으로 만들어졌던 여러 신부들의 자료들을 토대로 하여 1651년 로마에서 베트남어, 포루투갈어, 라틴어의 대역사전과 라틴어, 베트남어의 대역으로 된 교리문답이 나오면서부터였다.

그러나 베트남어는 베트남인들의 한문 숭배 사상에 밀려 오랫동안 경시되어 오다가 프랑스의 베트남 식민화 완성 이후 20세기 초에 프랑스 식민당국이 그동안 존속되어오던 베트남의 과거시험을 폐지하고 베트남어를 국어로 규정한 때를 기점으로 국민 속에 널리 뿌리를 내리게 되었다.

현재 동남아시아에 분포하고 있는 언어 계통은 크게 중국-티벳어족(Sino-Tibetan)·오스트로-아시아어족(Austro-Asiatic)·따이-까다이어족(Tai-Kadai)·먀오-야오어족(Miao-Yao)·오스트로네시아어족(Austronesian) 등 5가지로 분류할 수 있다. 베트남 54개 종족이 사용하고 있는 언어들은 오스트로-아시아어족과 오스트로네시아어족, 그리고 중국-티벳어족에 속한다. 오늘날 낑족이 사용하는 베트남어(tiếng Việt)를 포함한 대부분의 언어들은 오스트로-아시아어족의 몬-크메르어파(Mon-Khmer)에 속하며, 베트남어는 비엣-므엉(Việt-Mường)어계의 비엣-므엉어군에 속한다.

베트남어는 다음과 같은 특징을 갖는다. 첫째, 베트남어는 중국어, 타이어, 미얀마어, 티베트어 등과 같이 고립어(孤立語, Isolating Language)이다. 따라서 문법적 형태를 나타내는 어미가 없고 단어 자체에도 문법적 변화요소가 없다.

둘째, 베트남어는 한 음절이 한 형태소가 될 수 있다는 점이다. 즉 하나의 음이 한 단어를 이루고 있다는 것이다. 이와 같은 자립 형태소는 그 수량이 106개 정도로 많지 않으나 이 중 100여개 정도가 자주 쓰인다. 베트남어에서 형태소를 이루는 음절은 그 수가 약 4만개쯤 된다고 하며, 이 음절은 모음·모음 + 자음·자음 + 모음·자음 + 모음 + 자음의 형태로 나타난다.

셋째, 베트남어의 단어 형태는 변하지 않는다. 즉 격, 수, 인칭, 성, 시제와 같은 문법적인 특징에 의해서 변하는 어미가 없다는 것이다.

넷째, 베트남어는 성조어(聲調語)이다. 이 때문에 베트남어를 배우는 외국인에게 베트남어는 어렵게느껴진다. 그것은 같은 음일지라도 성조에 따라 단어들이 전혀 다른 뜻을 갖기 때문이다. 이 같은 성조는 6개가 있다.

베트남어의 발음에 대한 차이는 한 국가 내에서도 두드러지게 나타난다. 따라서 베트남인들에 대한 발음 구분을 크게 하 노이(Hà Nội)시를 중심으로 북부 발음과 후에(Huế)시를 중심으로 하는 중부 발음, 그리고 호찌밍(Hồ Chí Minh)시를 중심으로 하는 남부 발음으로 나눈다. 대체적으로 북부 발음은 정확하여 듣기가 수월하며, 남부는 비음이 많아 익숙하지 않으면 듣기 어렵다. 특히, 중부 발음은 베트남인들도 가장 듣기 어렵다고 한다. 이러함에도 베트남어는 지역 간에 문법적인 차이가 없다. 하지만 지역 간의 역사적인 배경, 남북 간의 긴 지역적인 특징, 그 외 기타 문화적인 여러 요인들로 인하여 남북 간에는 서로 달리 표현하는 단어들이 다수 있다.

언어학자는 물론 대다수 베트남인들 간에는 언어에 대한 정통성(표준어)을 놓고 남북 간에 논란이 많다. 이는 무엇보다도 어느 지역의 발음을 정통으로 하느냐 하는 것이라 할 수 있다. 하지만 이것도 위에서 언급했던 역사·지역·문화와 같은 여러 요인에 의해서 비롯되었다고 할 때, 무의미한 논제라 할 수 있겠다. 그러나 굳이 발음의 정통성을 언급한다면 필자가 베트남 역사를 전공한 사적(史的) 관점(?)에서 볼 때, 북부가 정통성이 있다고 하겠다. 그것은 베트남 역사의 기원이 북부 홍강(紅江) 델타에서 출발했다고 보기 때문이다.

본서는 과거 하노이종합대학교 베트남어과에서 외국인을 대상으로 사용했던 교재 "기초과정 실행 베트남어"를 우리의 상황에 맞게 편집한 것이다. 일부 문장 중에는 우리의 현실에 맞지 않는 용어들이 있어서 불편함을 주기도 하지만 역으로 우리에게 사회주의 베트남의 정치체제를 이해할 수 있는 장을 제공하기도 한다.

본서의 장점은 베트남어를 처음 배우는 외국인이 기초문법과 그에 근거한 다양한 문장을 습득할 수 있도록 만들어졌다. 이뿐 아니라 본서의 과마다 나오는 독해는 그 과에서 배웠던 기초문법을 근거하였기 때문에 학습자가 본문의 내용을 복습도 하는 한편, 다양한 단어와 숙어들을 넓혀 갈 수 있다.

내용에서 부족함이 적잖으나 추후에 보완할 것을 약속하며 이 책의 출판을 기꺼이 허락해 주신 한국외국대학교 지식출판원에 고마움을 표한다.

2010년 3월

송정남

한국인을 위한

베트남어 길잡이 1

Vietnamese Basic Grammar 1

HỆ THỐNG NGỮ ÂM TIẾNG VIỆT(베트남어 어음체계) BẢNG CHỮ CÁI TIẾNG VIỆT(베트남어 문자표)

순서	소문자–대문자	자명(字名) / 독법(讀法)	음가
1	a - A	a /a	/ a /
2	ă - Ă	á / á	/ ă /
3	â - Â	ớ / ớ	/ ĕ / ə
4	b - B	bê / bờ	/b /
5	c - C	xê / cờ	/ k /
6	d - D	dê / dờ	/ z /
7	đ - Đ	đê / đờ	/ d /
8	e - E	e / e	/ ε /
9	ê - Ê	ê / ê	/ e /
10	g -G	rê / gờ	/ γ /
11	h - H	hát / hờ	/ h /
12	i - I	i / i ngắn	/ i /
13	k - K	ca / cờ	/ k /
14	l - L	el-lờ / lờ	/ l /
15	m - M	em-mờ / mờ	/ m /
16	n - N	en-nờ / nờ	/ n /
17	o - O	o / o	/ ɔ /
18	ô - Ô	ô / ô	/ o /
19	ơ - Ơ	ơ / ơ	/ ə /
20	p - P	pê / pờ	/ p /
21	q - Q	qui / quờ	/ k /
22	r - R	e-rờ / rờ	/ ʐ /

순서	소문자-대문자	자명(字名) / 독법(讀法)	음가
23	s - S	ét-xì / sờ	/ ʃ /
24	t - T	tê / tờ	/ t /
25	u - U	u / u	/ u /
26	ư - Ư	ư / ư	/ ɯ /
27	v - V	vê / vờ	/ v /
28	x - X	ích-xì / xờ	/ s /
29	y - Y	i-crếch / i dài	/ i /

베트남어에서 각각의 글자는 하나의 음을 기록하기 위하여 사용되지만, 특별한 경우 둘 혹은 세 개의 글자는 하나의 음을 기록하기 위하여 아래 표에서처럼 서로 결합하여 사용되기도 한다.

1*	ch - CH	xê-hát / chờ	/ c /
2*	gi - GI	rê-i / dờ	/ z /
3*	kh - KH	ca-hát / khờ	/ χ /
4*	ng (ngh) - NG (NGH)	en-nờ-rê (en-nờ-rê-hát) / ngờ	/ ŋ /
5*	nh - NH	en-nờ-hát / nhờ	/ ɲ /
6*	ph - PH	pê-hát / phờ	/ f /
7*	th - TH	tê-hát / thờ	/ t' /
8*	tr - TR	tê-e-rờ / trờ	/ ʈ /

베트남어 음절은 보통 성조(聲調), 두음(頭音), 운(韻) 등3가지 구조를 갖는다. 그러나 두음이 없는 음절들도 있다. 운은 간음(間音), 정음(正音), 말음(末音) 등 3가지 요소를 가질 수 있다.

그렇지만 베트남어의 모든 음절에서 반드시 있어야 할 요소들 중 성조와 정음만 있는 경우도 있다(음절 구조에서 반드시 있어야 할 요소들은 아래 표에서 대문자로 표기하였음).

베트남어의 음절 구조를 다음과 같은 표로 만들 수 있다:

thanh điệu(성조)			
âm đầu(두음)	vần(운)		
	âm đệm(간음)	âm chính(정음)	âm cuối(미음)

성조: 베트남어는 6개의 성조를 갖는다.

두음: 베트남어의 모든 첫음은 자음이다. 베트남어는 'b, c (k, q), ch, d (gi), đ, g (gh), h, kh, l, m, n, ng (ngh), nh, p, ph, r, s, t, th, tr, v, x' 등 22개의 자음이 있다. 괄호 안의 자음과 그 앞에 있는 자음은 같은 음의 서로 다른 표기이다.

간음: 간음이 있는 음절의 경우 간음은 오직 1개만 존재하며 'o'자 혹은 'u'자로 표기된다. 간음은 nguyễn, qua, thuật, toán, ngoan, hoài 등의 음절에서 보듯이 두음과 정음 사이에만 위치하면서 묵음(默音)의 형태로 거의 발음이 되지 않는다.

정음: 베트남어에서 모든 정음은 모음이다. 단모음은 'a, ă, â, e, ê, i, o, ô, ơ, u, ư' 등 11개가, 이중모음은 'iê (yê, ia, ya), uô (ua), ươ (ưa)' 등 3개가 있다.

말음: 말음은 8개가 있다. 그 중 'c (ch), m, n, ng (nh), p, t' 등 6개는 자음이고, 'i (y)'와 'o (u)' 등 2개는 모음이다.

Một số đặc trưng cơ bản của ngữ pháp tiếng Việt
베트남어 문법의 몇 가지 기본 특징

1. 베트남어는 영어나 한국어와는 달리 형태가 변화지 않는 단음절이다. 예를 들면 다음과 같다:

Tiếng Việt:	– Tôi yêu cô ấy.
	– Cô ấy yêu tôi.
	– Trước đây tôi yêu cô ấy.
Tiếng Anh:	– I love her.
	– She loves me.
	– I loved her.
Tiếng Hàn:	– 나는 그녀를 사랑합니다.
	– 그녀는 나를 사랑합니다.
	– 나는 그녀를 사랑했습니다.

2. 문장 내 단어 질서

1) Tiếng Việt:	S (chủ ngữ) + V (động từ) + O (bổ ngữ)		
	– Tôi	ăn	cơm.
	– Tôi	là	sinh viên.
Tiếng Anh:	S (chủ ngữ) + V (động từ) + O (bổ ngữ)		
	I	eat	rice.
	I	am	a student.
Tiếng Hàn:	S (chủ ngữ) + O (bổ ngữ) + V (động từ)		
	나는	밥을	먹습니다.
	나는	학생입니다.	

2)	Tiếng Việt:	giới từ	+	danh từ/ngữ danh từ
		ở		Việt Nam
	Tiếng Anh:	giới từ	+	danh từ/ngữ danh từ
		in		Vietnam
	Tiếng Hàn:	danh từ/ngữ danh từ	+	giới từ
		베트남		에
3)	Tiếng Việt:	danh từ	+	tính từ
		mèo		đen
	Tiếng Anh:	tính từ	+	danh từ
		black		cat
	Tiếng Hàn:	tính từ	+	danh từ
		검은		고양이

Contents

Bài 01

Tôi là sinh viên

나는 대학생입니다

Câu mẫu (문형)

1 동사 "**là**"
2 류사(類詞: 종별사) "**cái, con**" 활용법
3 지시대명사 "**đây**, **kia**, **đấy**(**đó**)" 활용법

A

1. Đây là cái nhà.
2. Đây là cái cầu.
3. Kia là cái ô tô.
4. Kia là con chim.
5. Đó là con chó.
6. Đấy là con mèo.

B

1. Đây là cái gì? – Đây là cái nhà.
2. Kia là cái gì? – Kia là cái ô tô.
3. Đấy là con gì? – Đấy là con gà.

C

1. Tôi là công nhân.
2. Ông ấy là bác sĩ.
3. Bà ấy là nhà báo.
4. Chị ấy là sinh viên.
5. Anh ấy là kĩ sư.
6. Chị ấy là giáo viên.

D

1. Tôi không phải là sinh viên.
2. Bà ấy không phải là bác sĩ.
3. Chị ấy không phải là kĩ sư.
4. Ông ấy không phải là nhà báo.
5. Anh ấy không phải là công nhân.
6. Đây không phải là cái nhà.
7. Kia không phải là cái ô tô.
8. Kia không phải là con chim.
9. Đó không phải là con chó.
10. Đấy không phải là con mèo.

E

1. Đây có phải là cái cầu không?
2. Kia có phải là cái nhà không?
3. Đấy có phải là con gà không?
4. Đây có phải là cái bàn không?
5. Anh có phải là kĩ sư không?
6. Bà có phải là bác sĩ không?
7. Ông có phải là công nhân không?
8. Chị có phải là sinh viên không?

F

1. Đây có phải là cái bàn không?
   – Vâng (Phải), đây là cái bàn.
   – Không, đây không phải là cái bàn. (Đây là cái bảng.)
2. Kia có phải là con chó không?
   – Vâng (Phải), kia là con chó.
   – Không, kia không phải là con chó. (Kia là con mèo.)
3. Anh có phải là sinh viên không?
   – Vâng (Phải), tôi là sinh viên.
   – Không, tôi không phải là sinh viên. (Tôi là kĩ sư.)
4. Bà có phải là bác sĩ không?
   – Vâng (Phải), tôi là bác sĩ.
   – Không, tôi không phải là bác sĩ. (Tôi là nhà báo.)

Từ vựng (어휘)

tôi	나	chị	여자에 쓰는 호칭(언니, 누나)
chị ấy	그 여자(언니, 누나)	anh	남자에 쓰는 호칭(형, 오빠)
anh ấy	그 남자	ông	(翁) 60대 이상의 남자에 쓰는 호칭
ông ấy	그분	bà	(婆) 60대 이상의 여자에 쓰는 호칭
bà ấy	그분	sinh viên	(生員) 대학생
giáo viên	(敎員) 선생님	bác sĩ	(博士) 의사
công nhân	(工人) 노동자	kĩ sư	(技師) 기술자
nhà báo	기자	chó	개
là	…이다	chim	새
bàn	책상	mèo	고양이
bảng	칠판	gà	닭
đây	이것, 이분	cá	물고기
đó	그것, 그분	cầu	다리
đấy	그것, 그분	ô tô	자동차
cũng	역시	nhà	집
làm gì?	무엇을 합니까?	không	부정에 쓴다
phải	긍정에 쓴다	không phải	부정에 쓴다
có phải … không?	의문문형	vâng	예
chào ông (bà, anh, chị, …)	안녕하세요	xin lỗi	미안합니다

Ngữ pháp (문법)

A "Là"의 용법

영어의 be동사와 같은 용법으로 쓰인다.
형태는 "A **là** B"이며 뜻은 "A는 B이다".

B 류사(類詞: 종별사) "cái, con"

명사의 성질과 종류를 나타내기 위하여 쓴다.
가장 많이 쓰이는 류사로는 사물과 동물에 쓰는 "**cái**"와 "**con**"이 있다.
류사는 명사에 속하며 명사 앞에 쓰인다.

Ví dụ cái nhà, cái cầu, con chim, con mèo

C 지시대명사 "đây, kia, đấy(đó)"

đây: 화자(話者)와 가까이 있는 것을 가리킬 때 쓴다.
kia: 화자(話者)와 청자(聽者) 공히 멀리 떨어져 있는 것을 가리킬 때 쓴다.
đấy(đó): 화자와는 멀리 떨어져 있으나 청자와는 가까이 있는 것을 가리킬 때 쓴다.

D "Gì"

의문대명사로 확정되지 않은 사물과 동물을 물을 때 쓴다.
이는 류사 다음이나 명사 뒤에 온다.

Ví dụ
– Đây là cái gì?
– Đây là cái bảng.

E "Không phải"

"**là**"를 부정하기 위하여 쓰는 형태

Ví dụ – Cô ấy là sinh viên.
– Cô ấy không phải là sinh viên.

F "Có phải ··· không?"

"**là**"를 의문문으로 만들 때 쓰는 형태

Ví dụ – Anh có phải là sinh viên không?

이외에도 "평서문 + (có) **phải không**?" 형태도 있다.

Ví dụ – Anh là sinh viên phải không?

대답은 "긍정: – Vâng 혹은 Phải, tôi là sinh viên,
부정: – Không (phải), tôi không phải là sinh viên"의 형태이다.

Bài đọc cơ bản (기본독해)

1. Đây là cái nhà. Đây không phải là cái cầu. Đấy là cái cầu. Kia cũng là cái cầu. Kia không phải là cái ô tô.

A: Đấy có phải là cái ô tô không?

B: – Vâng, đấy là cái ô tô.

– Không, đấy không phải là cái ô tô. Đấy là cái nhà.

A: Đây là cái gì?

B: Đây là cái bảng.

A: Đấy là cái gì?

B: Đấy là cái bàn.

A: Kia là cái gì?

B: Kia là cái đèn.

2. Đây là con chim. Đây không phải là con gà. Đấy là con gà. Kia cũng là con gà. Đây là con mèo. Kia không phải là con mèo. Kia là con chó.

A: Kia có phải là con chó không?

B: – Vâng, kia là con chó.

– Không, kia không phải là con chó. Kia là con mèo.

A: Kia là con gì?

B: Kia là con cá.

A: Đây là con gì?

B: Đây là con chim.

A: Đấy là con gì?

B: Đấy là con gà.

3. Tôi là sinh viên. Tôi không phải là kĩ sư. Chị ấy là bác sĩ. Chị ấy không phải là sinh viên.

A: Anh có phải là kĩ sư không?

B: Không, tôi không phải là kĩ sư. Tôi là sinh viên.

A: Chị có phải là bác sĩ không?

B: Vâng, tôi là bác sĩ.

4. Tôi là sinh viên. Bà ấy là bác sĩ. Ông ấy là nhà báo. Anh ấy là kĩ sư. Chị ấy cũng là kĩ sư.

A: Anh làm nghề gì?

B: Tôi là kĩ sư.

A: Ông làm nghề gì?

B: Tôi là nhà báo.

A: Bà làm nghề gì?

B: Tôi là bác sĩ.

Bài tập (연습)

1. 아래 주어진 단어들을 이용하여 문형 "I-A · B · C"처럼 만드시오.

1) cái bàn / đây / là

cái nhà / kia / là

cái bảng / đấy / là

con chim / đấy / là

con cá / đây / là

con chó / kia / là

2) sinh viên / tôi / là

kĩ sư / anh ấy / là

bác sĩ / chị ấy / là

công nhân / ông ấy / là

nhà báo / bà ấy / là

2. 류사 "**cái**", "**con**"을 문법에 맞도록 빈칸에 넣으시오.

1) Kia là ______ mèo.

2) Đây không phải là ______ nhà.

3) Đây là ______ gà.

4) Kia là ______ bàn.

5) Đấy là ______ ô tô.

6) Đấy là ______ cầu.

7) Kia cũng không phải là ______ bảng.

8) Đấy cũng là ______ cá.

9) Đấy không phải là ______ đèn.

10) Kia là ______ chó.

3. 다음 문장을 긍정문으로 바꾸시오.

1) Tôi không phải là kĩ sư.

______

2) Chị ấy không phải là sinh viên.

______

3) Anh ấy không phải là công nhân.

______

4) Ông ấy không phải là nhà báo.

______

5) Bà ấy không phải là bác sĩ.

______

4. 아래 문장을 의문문으로 바꾸시오.

1) Tôi là sinh viên.

2) Ông ấy là kĩ sư.

3) Bà ấy là bác sĩ.

4) Anh ấy là nhà báo.

5) Chị ấy là công nhân.

6) Đấy là con mèo.

7) Đây là con gà.

8) Kia là cái cầu.

9) Đấy là cái đèn.

10) Đây là cái bàn.

5. 아래 질문에 대하여 긍정과 부정 형태로 대답하시오.

1) Đây có phải là cái bàn không?

2) Kia có phải là con gà không?

3) Đấy có phải là con chó không?

4) Anh có phải là sinh viên không?

5) Chị có phải là bác sĩ không?

6) Ông có phải là công nhân không?

7) Bà có phải là kĩ sư không?

8) Em có phải là nhà báo không?

9) Anh có phải là kĩ sư không?

10) Chị ấy có phải là sinh viên không?

6. 질문에 대하여 주어진 단어로 대답하시오.

1) Ông làm gì? (công nhân)

2) Bà làm gì? (bác sĩ)

3) Em làm gì? (nhà báo)

4) Chị làm gì? (kĩ sư)

5) Anh làm gì? (sinh viên)

6) Anh ấy làm gì? (giáo viên)

문제풀이

1. Chọn từ thích hợp, điền vào chỗ trống:

   – Đấy có phải là cái ô tô không?

   – Không, ______ không phải là cái ô tô. Đấy là cái nhà.

   ① Đây　② Đấy
   ③ Kia　④ Đó

2. Chọn từ thích hợp nhất điền vào chỗ trống:

   – Kia không phải là mèo. ______ là chó.

   ① Kia　② Đây
   ③ Không　④ Cũng

3. Tìm từ gần nghĩa với từ gạch dưới:

   – Kia có phải là cái ô tô không?

   – Vâng, kia là cái ô tô.

   ① Rồi　② Không
   ③ Phải　④ Phải vâng

4. Tìm từ thích hợp, điền vào chỗ trống:

   – Đây không phải là cái bảng. Kia cũng ______ cái bảng.

   ① là　② không phải là
   ③ phải là　④ là phải

5. Tìm câu trả lời thích hợp với câu hỏi dưới đây:

– **Xin lỗi, bà có phải là bác sĩ không?**

–

① Vâng, tôi phải là bác sĩ.
② Vâng, tôi là bác sĩ.
③ Không, tôi là bác sĩ.
④ Phải, tôi không phải là bác sĩ.

6. Tìm câu hỏi thích hợp với câu trả lời dưới đây:

–

– **Vâng, đây là cái bàn.**

① Đây có phải là cái bàn không?
② Đây là cái bàn có phải không?
③ Đây là cái bàn, phải không?
④ Cả 3 đáp án trên đều đúng.

7. Tìm câu hỏi thích hợp nhất với câu trả lời dưới đây:

–

– **Kia là cái ô tô.**

① Kia có phải là cái ô tô không?
② Kia là cái ô tô có phải không?
③ Kia là cái gì?
④ Kia là cái ô tô, phải không?

8. Chọn một câu đúng với các từ, cụm từ đã cho:

bảng / kia / không phải / cái/ là

① Cái bảng kia không phải là.
② Không phải cái bảng là kia.
③ Kia không phải là cái bảng.
④ Kia là cái bảng không phải.

9. Chọn một câu đúng với các từ, cụm từ đã cho:
đây / nhà / cái / là / kia / ô tô / cái / là / còn

① Đây là cái nhà, còn kia là cái ô tô.
② Đây là cái nhà, kia là cái ô tô còn.
③ Đây là cái nhà, kia còn là cái ô tô.
④ Đây là cái nhà, còn kia là ô tô cái.

10. Tìm từ chưa chính xác trong câu dưới đây:
– **Anh làm gì?**
– **Tôi làm sinh viên**
① ② ③

Bản ghi nhớ

Bài 02

Cái này đẹp

이것은 아름답습니다

Câu mẫu

1 명사가 주부를 이루고, 형용사가 술부를 이루는 형태의 문형
2 지시대명사 "**này**, **kia**, **ấy**(**đó**)" 활용법
3 형용사의 비교급

A

1. Đây là cái nhà. Cái nhà này đẹp.
2. Đây là cái bàn. Cái bàn này vuông.
3. Đây là con bò. Con bò này béo.
4. Đây là con trâu. Con trâu này khỏe.
5. Đây là quyển sách. Quyển sách này hay.
6. Kia là cái đèn. Cái đèn kia sáng.
7. Kia là cái bút. Cái bút kia tốt.
8. Kia là con vịt. Con vịt kia gầy.
9. Kia là quyển vở. Quyển vở kia mỏng.
10. Kia là tờ báo. Tờ báo kia cũ.
11. Đấy là cái bảng. Cái bảng ấy mới.
12. Đấy là cái ghế. Cái ghế ấy cao.
13. Đấy là con voi. Con voi ấy to.
14. Đấy là con ngựa. Con ngựa ấy khỏe.
15. Đấy là bức tranh. Bức tranh ấy đẹp.

B

1. Cái đồng hồ này thế nào?
   - Cái đồng hồ này tốt.
   - Cái đồng hồ này rất tốt.
   - Cái đồng hồ này không tốt.
   - Cái đồng hồ này đẹp.
   - Cái đồng hồ này rất đẹp.
   - Cái đồng hồ này không đẹp.

2. Cái nhà ấy thế nào?
   - Cái nhà ấy to.
   - Cái nhà ấy rất to.
   - Cái nhà ấy cao.
   - Cái nhà ấy không cao.

3. Con trâu kia thế nào?
   - Con trâu kia khỏe.
   - Con trâu kia hiền.
   - Con trâu kia không yếu.
   - Con trâu kia không dữ.

4. Lớp học này thế nào?
   - Lớp học này rộng.
   - Lớp học này không rộng.
   - Lớp học này sáng sủa.
   - Lớp học này tối.

5. Bài học này thế nào?
   - Bài học này dài.
   - Bài học này dễ.
   - Bài học này không khó.
   - Bài học này rất dễ.

C

1. Cái nhà kia có cao không?
   – Có, cái nhà kia cao.
   – Không, cái nhà kia không cao. (Cái nhà kia thấp.)
2. Cái đồng hồ này có tốt không?
   – Có, cái đồng hồ này rất tốt.
   – Không, cái đồng hồ này không tốt. (Cái đồng hồ này chất lượng kém.)
3. Con trâu ấy có khoẻ không?
   – Có, con trâu ấy khỏe.
   – Không, con trâu ấy không khỏe. (Con trâu ấy yếu.)
4. Con bò kia có béo không?
   – Có, con bò kia rất béo.
   – Không, con bò kia không béo. (Con bò kia gầy.)
5. Bức tranh này có đẹp không?
   – Có, bức tranh này đẹp.
   – Không, bức tranh này không đẹp. (Bức tranh này xấu.)
6. Bài tập ấy có khó không?
   – Có, bài tập ấy rất khó.
   – Không, bài tập ấy không khó. (Bài tập ấy dễ.)

D

D1:

1. Cái nhà này cao 20m.
   Cái nhà kia cao 16m → Cái nhà này cao hơn cái nhà kia.
2. Cái bảng này rộng $6m^2$.
   Cái bảng kia rộng $8m^2$ → Cái bảng kia rộng hơn cái bảng này.
3. Cái ô tô này đẹp hơn cái ô tô kia.
4. Cái xe đạp ấy mới hơn cái xe đạp này.

5. Bài học hôm nay khó hơn bài học hôm qua.
6. Bức tranh này đẹp hơn bức tranh kia.
7. Con voi ấy to hơn con voi này.

D2:

1. Cái nhà này cao 20m.
   Cái nhà kia cao 20m → Cái nhà này cao bằng cái nhà kia.
2. Cái bảng này rộng $6m^2$.
   Cái bảng kia rộng $6m^2$ → Cái bảng này rộng bằng cái bảng kia.
3. Cái cầu ấy dài bằng cái cầu này.
4. Con voi ấy to bằng con voi này.

D3:

1. Cái nhà A cao 20m.
   Cái nhà B cao 16m.
   Cái nhà C cao 24m → Cái nhà C cao nhất.
2. Cái bảng A rộng $5m^2$.
   Cái bảng B rộng $8m^2$.
   Cái bảng C rộng $6m^2$ → Cái bảng B rộng nhất.
3. Cái ô tô này đẹp nhất.
4. Cái xe đạp ấy mới nhất.
5. Bài học hôm nay khó nhất.
6. Bức tranh này đẹp nhất.
7. Con trâu này khoẻ nhất.

Từ vựng 1

đẹp	아름다운	xấu	아름답지 않은, 추한
béo	살찐, 뚱뚱한	gầy	야윈, 마른
khỏe	건강한, 튼튼한	yếu	약한
khó	어려운	dễ	쉬운
hay	1.재미있는 2.혹은 3.자주	dở	재미없는
sáng	밝은	tối	어두운, 캄캄한
cao	(高) 높은	thấp	낮은
cũ	오래된	mới	새로운
dữ	사나운, 잔인한	hiền (hiền lành)	(賢) 어진
to	큰	nhỏ	작은
dài	긴	ngắn	짧은
dày	두꺼운	mỏng	얇은
rộng	넓은	hẹp	좁은
tốt	좋은	vuông	사각형
chất lượng kém	질이 낮은	bò	소(黃牛)
đen	검은	ngựa	말
trâu	소(물소-水牛)	vịt	오리
voi	코끼리	đồng hồ	(銅壺) 시계
tranh	그림	báo	(報) 신문
bút	필기구	vở	노트
sách	책(册)	bài học	과
ghế	의자	hôm qua	어제
bài tập	(習) 숙제	không	(空) 부정형을 만든다
xe đạp	자전거	rất	꽤, 상당히, 매우
bằng	1. …로(수단) 2. …만큼(平) 3. 빙(憑)	nhất	(一) 일, 가장
hôm nay	오늘	hơn	…보다

Ngữ pháp

A 지시대명사 "đây, kia, đấy, đó, này, ấy (đó)"

"**Đây**, **kia**, **đấy**(**đó**)는 사물과 장소를 가리키는 지시대명사로 독립적인 문장 성분을 만든다. "**Này**, **kia**, **ấy**(**đó**)"는 사물을 가르키는 지시대명사로 그 어떤 사물을 확정하기 위하여 바로 그 명사 뒤에 온다.

Ví dụ

Đây là cái bàn.	Cái bàn này vuông.
Kia là con bò.	Con bò kia béo.
Đấy là quyển sách.	Quyển sách ấy hay.

B "Thế nào?"

사물과 동물의 품질과 성질, 그리고 상태를 물을 때 쓴다.

C DT + "có" + TT + "không"?

이와 같은 형태의 의문문은 주체의 상태, 성질을 물을 때 쓴다. "**Có**" 이하는 술부가 된다.

D "Hơn, bằng, nhất"은 형용사를 비교하기 위하여 쓰인다.

a) "**Bằng**"은 원급을 나타내며, 의미는 "…만큼"이다.
b) "**Hơn**"은 비교급을 나타내며, 의미는 "…보다"이다.
c) "**Nhất**"은 최상급을 나타내며, 의미는 "가장…"이다.

Bài đọc cơ bản

1. Đây là lớp học của chúng tôi. Lớp học này rộng, mát và sáng. Bàn, ghế trong lớp chúng tôi không mới nhưng tốt. Đây là bàn của sinh viên. Những cái bàn này dài. Đấy là bàn và ghế của giáo viên. Cái bàn ấy vuông. Cái ghế ấy cao. Đấy là cái bảng. Cái bảng ấy màu đen và không to. Đây là cửa ra vào. Kia là cửa sổ. Cửa ra vào lớn hơn cửa sổ.

2. Đây là bản đồ Việt Nam. Nước Việt Nam không lớn nhưng đẹp. Kia là sông Cửu Long. Đây là vịnh Hạ Long. Sông Cửu Long dài hơn sông Hồng. Đây là dãy núi Trường Sơn. Dãy núi này dài nhất ở Việt Nam.

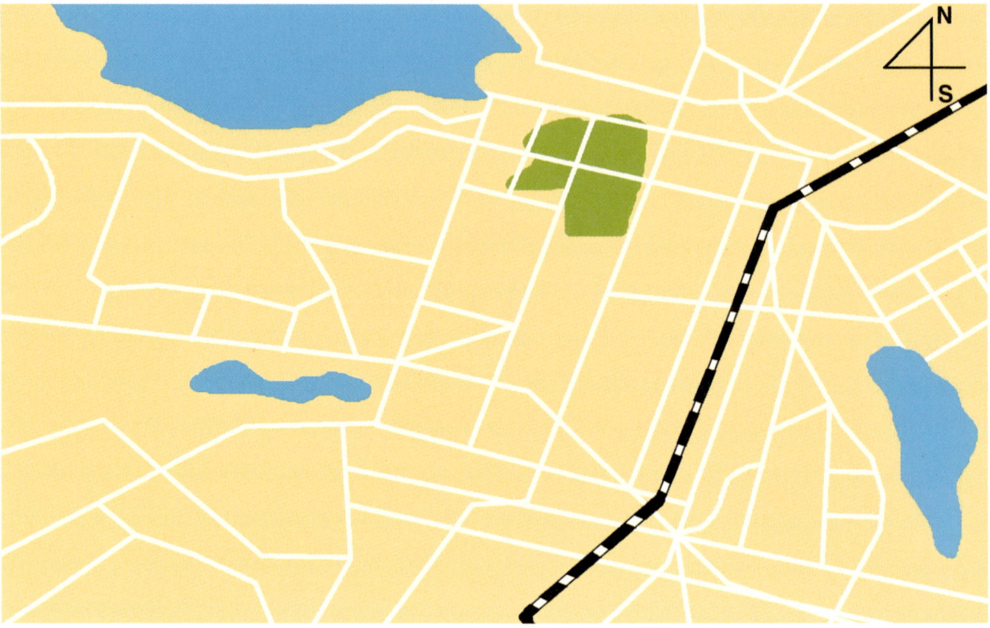

3. Đây là thành phố Hà Nội. Hà Nội là thủ đô của Việt Nam. Thủ đô Hà Nội nhỏ nhưng rất đẹp. Kia là Hồ Gươm, còn đây là Hồ Tây. Ở Hà Nội, Hồ Gươm đẹp nhất, còn Hồ Tây rộng nhất.

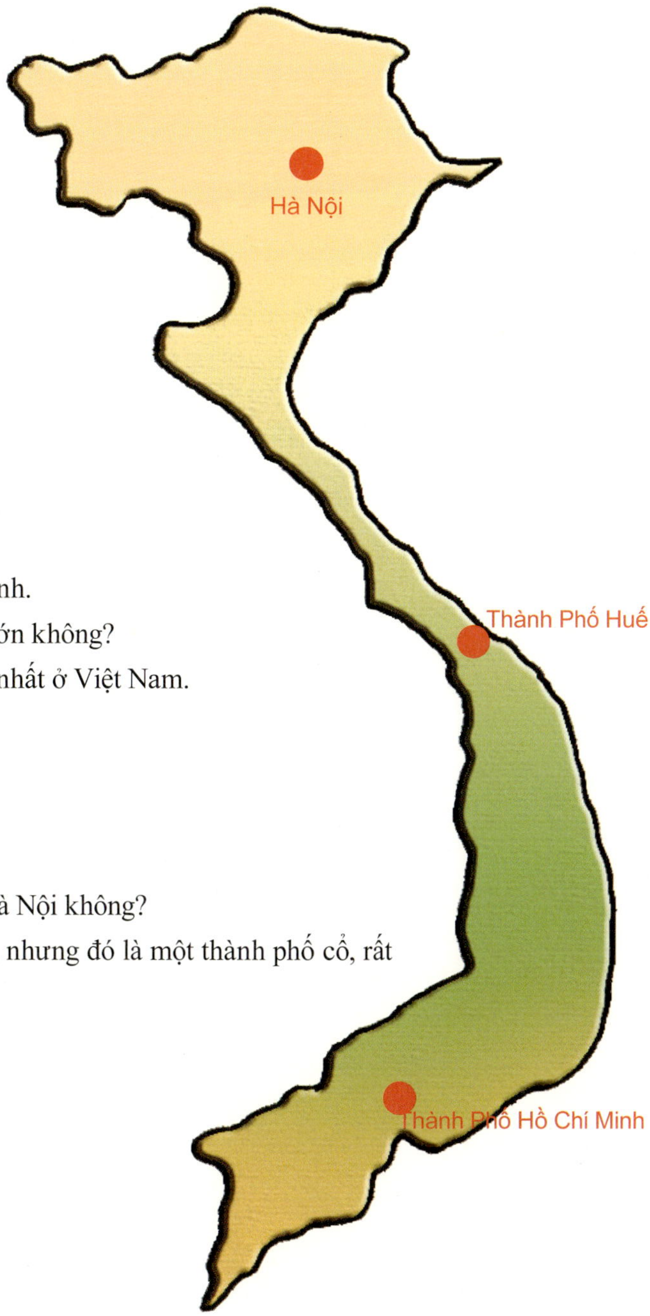

4.

A: Đây là thành phố nào?

B: Đấy là Thành phố Hồ Chí Minh.

A: Thành phố Hồ Chí Minh có lớn không?

B: Thành phố Hồ Chí Minh lớn nhất ở Việt Nam.

A: Còn kia?

B: Kia là thành phố Huế.

A: Huế có đẹp không?

B: Huế cũng đẹp.

A: Thành phố Huế có lớn hơn Hà Nội không?

B: Không, Huế nhỏ hơn Hà Nội, nhưng đó là một thành phố cổ, rất đẹp.

Từ vựng 2

lớp	층, 계급	lớp học	교실
của	…의(소유격)	và	그리고(등위접속사)
chúng tôi	우리(청자 제외)	mát	시원한
cửa ra vào	출입문	cửa sổ	창문
bản đồ	(版圖) 지도	màu	색
nước	1. 나라 2. 물	lớn	큰
nhưng	그러나	sông	강
dãy núi	산맥	vịnh	(灣) 만
thành phố	(城舖) 도시	thủ đô	(首都) 수도
hồ	호수(湖)	ở	…에(장소)
cổ	(古) 오래된	thông minh	(聰明) 총명한
ra đi ô	라디오	em bé	동생
căn phòng	방	nhân viên	(人員) 직원
áo	옷, 상의	công ty	(公司) 회사
quần	바지	mẹ	어머니
nghề (nghiệp)	직업	lạnh	추운
nóng	더운	ít	적은
hơi	1. 약간 2. 수증기	trẻ	어린, 젊은
nhiều	많은	tuổi	나이
mét	피곤한		

Bài tập

1. 아래 문장에서 술부를 보기처럼 형용사형으로 고치시오.

Ví dụ Đây là bức tranh đẹp → Bức tranh này đẹp.

1) Kia là ngôi nhà cao.

2) Đây là cái ô tô rất mới.

3) Đây là cái xe đạp cũ.

4) Đấy là cái đồng hồ rất tốt.

5) Kia là bức tranh đẹp.

6) Đây là con chim đẹp.

7) Đây là dãy núi cao.

8) Kia là con sông dài.

9) Đây là lớp học rộng nhất.

10) Kia là cô gái thông minh.

2. 아래 질문에 대답하시오.

1) Lớp học của anh có rộng không?

2) Bàn, ghế trong lớp học có mới không?

3) Sông nào dài nhất ở Việt Nam?

4) Thành phố nào đẹp nhất ở Việt Nam?

5) Thành phố nào cổ nhất ở Việt Nam?

6) Hồ nào rộng nhất ở Hà Nội?

3. 아래 문장을 보기처럼 의문문으로 바꾸어 대답하시오.

Ví dụ Cái ô tô kia mới. → – Cái ô tô kia có mới không?
– Có, cái ô tô kia mới.
– Không, cái ô tô kia không mới.

1) Cái ra đi ô này mới.

2) Cái xe đạp này tốt.

3) Lớp học này rộng.

4) Thành phố ấy lớn.

5) Hồ Gươm đẹp.

6) Sông Hồng dài.

7) Bài học này khó.

8) Bài tập ấy dễ.

9) Em bé kia béo.

4. 1)~5)는 원급으로, 6)~10)는 비교급으로, 11)~13)은 최상급으로 만드시오.

A	B	C
1) căn phòng này	căn phòng ấy	rộng
2) sông Cửu Long	sông Hồng	dài
3) cái áo ấy	cái áo này	đẹp
4) ngôi nhà này	ngôi nhà kia	thấp
5) cái đồng hồ ấy	cái đồng hồ này	cũ

6) cái bút này　　cái bút kia　　tốt

7) con ngựa ấy　　con ngựa này　　khoẻ

8) ngôi nhà này　　ngôi nhà kia　　cao

9) cái quần này　　cái quần ấy　　ngắn

10) cái ô tô này　　cái ô tô kia　　mới

11) Tôi cao hơn anh. Anh cao hơn anh ấy. →

12) Cái nhà A thấp hơn cái nhà B. Cái nhà B thấp hơn cái nhà C. →

13) Anh khỏe hơn tôi. Tôi khỏe hơn anh ấy. →

5. 아래 단어들의 반대말을 쓰시오.

đẹp	khỏe	khó
cao	to	cũ
dài	gầy	rộng

문제풀이

1. Chọn câu trả lời thích hợp với câu hỏi dưới đây:

– **Xin lỗi, anh làm gì?**

–

① Tôi làm nhân viên công ty.
② Tôi là nhân viên công ty.
③ Tôi làm nghề nhân viên công ty.
④ Tôi là nghề nhân viên công ty.

2. Tìm câu hỏi phù hợp với câu trả lời dưới đây:

–

– **Bức tranh này rất đẹp.**

① Bức tranh này có đẹp không?
② Bức tranh này thế nào?
③ Bức tranh này rất đẹp phải không?
④ Bức tranh này có phải đẹp không?

3. Chọn từ thích hợp, điền vào chỗ trống:

– **Đây là cái cầu. Cái cầu ______ rất hiện đại.**

① này
② kia
③ ấy
④ đấy

4. Chọn từ thích hợp, hoàn thiện câu:

– **Cô ấy đẹp ______ mẹ của cô ấy.**

① ngang
② giống
③ tương tự
④ như

5. Chọn từ gần nghĩa với từ gạch dưới:

– Cái nhà A cao 20 mét. Cái nhà B cao 25 mét. Cái nhà C cao 30 mét.

→ Cái nhà C cao nhất.

① hơn hết ② hơn tất cả

③ hơn cả ④ hơn toàn bộ

6. Chọn, tìm từ trái nghĩa với từ gạch dưới

– Lớp học này rộng, mát và **sáng**.

① nóng ② tối

③ lạnh ④ hơi nóng

7. Tìm từ chưa chính xác trong câu dưới đây:

– **Hôm nay** ① **vui** ② **bằng** ③ **hôm qua** ④.

8. Sắp xếp các từ, cụm từ sau thành câu đúng ngữ pháp:

– Việt Nam / nước / lớn / không / nhưng / và / giàu / đẹp.

① Việt Nam nước không lớn nhưng giàu và đẹp.

② Nước Việt Nam không lớn nhưng giàu và đẹp.

③ Nước Việt Nam không lớn và giàu nhưng đẹp.

④ Nước Việt Nam đẹp và không lớn nhưng giàu.

9. Sắp xếp các từ, cụm từ sau thành câu đúng ngữ pháp:

– Huế / thành phố / nhỏ hơn / nhưng / Hà Nội / là / thành phố / một / cổ / rất đẹp / và.

① Huế là một thành phố cổ nhưng rất đẹp và nhỏ hơn thành phố Hà Nội.

② Huế rất đẹp và nhỏ hơn thành phố Hà Nội nhưng là một thành phố cổ.

③ Thành phố Hà Nội nhỏ hơn Huế nhưng là một thành phố rất đẹp và cổ.

④ Thành phố Huế nhỏ hơn Hà Nội, nhưng là một thành phố cổ và rất đẹp.

10. Tìm câu gần nghĩa với câu dưới đây:

Tôi nhiều tuổi hơn anh ấy.

① Anh ấy nhiều tuổi hơn tôi. ② Anh ấy trẻ hơn tôi.

③ Anh ấy ít tuổi hơn tôi. ④ Tôi già hơn anh ấy.

Bài 03

Cô ấy cười

그녀가 웃습니다

Câu mẫu

1 주부와 술부가 각각 명사와 동사형의 문장
2 조동사 "**đã**, **đang**, **sẽ**" 활용법

A

1. Cô ấy cười.
2. Tôi đi.
3. Ông ấy chạy.
4. Nó khóc.
5. Anh Nam ngủ.
6. Ông ấy ngồi.

B

1. Chị ấy làm gì? – Chị ấy hát.
2. Họa sĩ làm gì? – Họa sĩ vẽ.
3. Anh làm gì? – Tôi học.
4. Chị làm gì? – Tôi đọc.
5. Nó làm gì? – Nó ăn.

C

1. Ai đọc? – Anh Bắc đọc.
2. Ai làm việc? – Các sinh viên ấy làm việc.
3. Ai học? – Tôi học.
4. Ai hát? – Chị Hoà hát.
5. Ai đi? – Anh ấy đi.

D

1. Chị có làm việc không? – Có, tôi làm việc.
2. Anh Bắc có học không? – Không, anh Bắc không học.
3. Chị ấy có vẽ không? – Có, chị ấy vẽ.
4. Nó có ngủ không? – Không, nó không ngủ.
5. Anh Bình có đi không? – Không, anh Bình không đi.
6. Bà Tĩnh có đến không? – Có, bà Tĩnh đến.
7. Anh có ăn không? – Không, tôi không ăn.
8. Anh Song có uống không? – Có, tôi uống.
9. Chị có hiểu không? – Có, tôi hiểu.
10. Anh có hát không? – Không, tôi không hát.

E

1. Bác sĩ đã đến chưa?
   – Rồi, bác sĩ (đã) đến rồi.
   – Chưa, bác sĩ chưa đến.
2. Bố đã đi chưa?
   – Rồi, bố (đã) đi rồi.
   – Chưa, bố chưa đi.
3. Mẹ đã về chưa?
   – Rồi, mẹ (đã) về rồi.
   – Chưa, mẹ chưa về.
4. Máy bay đã bay chưa?
   – Rồi, máy bay (đã) bay rồi.
   – Chưa, máy bay chưa bay.
5. Xe lửa đã chạy chưa?
   – Rồi, xe lửa (đã) chạy rồi.
   – Chưa, xe lửa chưa chạy.

F

F1: 시제가 확정되지 않는 경우

1. Chúng tôi làm việc.
2. Chúng tôi học.
3. Chúng tôi họp.
4. Chúng tôi nghỉ.

F2: 과거형

1. Hôm qua chúng tôi đã làm việc.
2. Hôm qua chúng tôi đã học.
3. Hôm qua chúng tôi đã họp.
4. Hôm qua chúng tôi đã nghỉ.

F3: 현재진행형

1. Bây giờ chúng tôi đang làm việc.
2. Bây giờ chúng tôi đang học.
3. Hiện giờ chúng tôi đang họp.
4. Hiện giờ chúng tôi đang nghỉ.

F4: 미래형

1. Ngày mai chúng tôi sẽ làm việc.
2. Ngày mai chúng tôi sẽ học.
3. Ngày mai chúng tôi sẽ họp.
4. Ngày mai chúng tôi sẽ nghỉ.

Từ vựng 1

cười	웃다	đi	가다
chạy	달리다	khóc	울다
ngồi	앉다	làm gì?	무엇을 하십니까?
hát	노래하다	họa sĩ	(畵士) 화가
vẽ	그림을 그리다	học	(學) 공부하다
ai?	누구?	nó	지시대명사(그애, 그놈 등)
ăn	먹다	đọc	읽다
uống	마시다	viết	쓰다
làm việc	일하다	ngủ	자다
nghỉ	쉬다	máy bay	비행기
bố (cha, ba)	아버지	bay	날다
xe lửa	기차	về	돌아가다
đến	가다, 도착하다, 오다	hiểu	(曉) 이해하다
họp	(合) 모으다, 회의를 갖다	chưa ···	動詞하지 않다
đã	과거시제		

Ngữ pháp

A 주부와 술부가 단순하게 각각 명사와 동사로 구성된 문형

Ví dụ

– Anh ấy viết.

– Tôi đọc.

B "**Làm gì**" 형태는 술부의 동작에 대하여 물을 때 쓴다.

C "**Ai**"는 의문 대명사로 사람을 가리킨다.

D DT + "**có**" + ĐT + "**không**"?

위와 같은 형태의 의문문은 주체의 활동의 유무를 물을 때 쓴다. 대답에서 긍정은 "**có**"로 부정은 "**không**"으로 한다.

Ví dụ

– Chị ấy có đến không?

– Có, chị ấy đến.

– Không, chị ấy không đến.

E "… đã … chưa?"

위와 같은 형태의 문형은 화자가 주체의 동작 결과를 알고자 할 때 혹은 주체의 확실한 동작 진행 여부를 모를 때 쓴다. 대답에서 긍정은 "**đã … rồi**", 부정은 "**chưa**"이다.

Ví dụ
– Mẹ đã về chưa?
– Rồi, mẹ đã về rồi.
– Chưa, mẹ chưa về.

F 시제를 나타내는 "đã", "đang", "sẽ" 등은 동사 앞에 쓰여 그 동사의 시제를 나타낸다.

a) **Đã**: 과거를 나타낸다. ["Đã" không thuần túy có ý nghĩa "quá khứ" mà có ý nghĩa chính là "hiện tại hoàn thành" (present perfect)].

b) **Đang**: 현재를 나타낸다. ["Đang" không có ý nghĩa "hiện tại" mà có ý nghĩa "tiếp diễn" (continuous)].

c) **Sẽ**: 미래를 나타낸다.

Bài đọc cơ bản

1. Đây là anh Ngọc. Anh ấy là người Việt Nam. Anh ấy là kĩ sư. Anh ấy rất giỏi. Bây giờ anh ấy bận. Anh ấy đang làm việc. Ngày mai là Chủ nhật. Anh Ngọc không làm việc. Anh ấy sẽ nghỉ.

2. Đây là chị Phương Thảo. Chị ấy là sinh viên. Chị Phương Thảo cũng là người Việt Nam. Chị ấy trẻ, đẹp và thông minh. Tóc chị ấy đen, mắt chị ấy cũng đen. Chị Phương Thảo rất vui tính. Chị ấy hát rất hay. Hôm nay chị ấy không học, chị ấy nghỉ ở nhà. Chúng tôi rất thích chị Thảo.

3. Cô giáo của chúng tôi đến rồi. Cô giáo tên là Tuyết. Cô Tuyết của chúng tôi rất hiền và thông minh. Bài học bắt đầu. Cô giáo giảng. Chúng tôi nghe. Chúng tôi luyện tập. Cô giáo hỏi. Chúng tôi trả lời. Chúng tôi không hiểu. Chúng tôi hỏi. Cô giáo sẽ giải thích. Chúng tôi học tốt. Cô giáo rất vui. Chúng tôi không học tốt. Cô giáo sẽ buồn. Bài học hết. Chúng tôi về.

Từ vựng 2

giỏi	잘하는	bận	바쁜
chủ nhật	(主日) 주일, 일요일	bây giờ	지금
mắt	눈(신체의)	tóc	머리카락
vui tính	쾌활한	thích	(適·釋) 좋아하다
bài hát	노래	tên	이름
buồn	슬픈, 간지러운	giảng	(講) 강의하다
bài học	공부	nghe	듣다
bắt đầu	시작하다	luyện tập	(鍊習) 연습하다
hỏi	묻다	trả lời	대답하다
giải thích	(解☒) 해석하다	chiều	오후
hết	끝나다	xem	보다
ngày	일(日)	phim	영화. 필름
ngày mai	내일	kịch	(劇) 연극
tiểu thuyết	(小說) 소설		

Bài tập

1. 괄호 안에 주어진 단어를 이용하여 질문에 대답하시오.

1) Ai vẽ? (em tôi)

2) Anh có vẽ không? (không/đọc)

3) Anh Bình có đọc không? (không/học)

4) Anh ấy làm gì? (học)

5) Chị Ngọc Anh có học không? (không/hát)

6) Ai hát? (chị Ngọc Anh)

7) Anh Bắc có hát không? (không/nghe)

8) Anh ấy làm gì? (ngủ)

2. 아래 보기와 같은 형태의 의문문으로 바꾸시오.

Ví dụ Bác sĩ làm việc.

a) Ai làm việc? – Bác sĩ làm việc.

b) Bác sĩ làm gì? – Bác sĩ làm việc.

1) Nó chạy.

2) Chị ấy hát.

3) Sinh viên học.

4) Thầy giáo giảng.

5) Mẹ về.

6) Họa sĩ vẽ.

7) Anh ấy ngủ.

8) Bạn tôi đến.

3. 주어진 문장을 아래 보기처럼 "… **có** … **không?**", "**đã** … **chưa?**" 문형을 이용하여 의문문으로 바꾸시오.

Ví dụ Bác sĩ làm việc.

1. Bác sĩ có làm việc không?
   – Có, bác sĩ làm việc.
   – Không, bác sĩ không làm việc.
2. Bác sĩ đã làm việc chưa?
   – Rồi, bác sĩ (đã) làm việc rồi.
   – Chưa, bác sĩ chưa làm việc.

1) Thầy giáo đến.

2) Chị ấy ngủ.

3) Chị Hoa về.

4) Anh Bảo nghỉ.

5) Nó đi.

6) Anh ấy học.

7) Máy bay bay.

8) Xe lửa chạy.

9) Họa sĩ vẽ.

4. "**Bài đọc cơ bản**"에 근거하여 아래 질문에 대답하시오.

1) Anh Ngọc đang làm gì?

2) Ngày mai là chủ nhật. Anh ấy có làm việc không? Anh ấy sẽ làm gì?

3) Hôm nay chị Phương Thảo có học không? Chị ấy làm gì?

4) Cô giáo đã đến chưa?

5) Cô giáo giảng. Các sinh viên làm gì?

6) Cô giáo hỏi. Các sinh viên làm gì? Ai hỏi? Ai trả lời?

7) Các sinh viên không hiểu. Các sinh viên sẽ làm gì? Cô giáo sẽ làm gì?

문제풀이

1. Chọn từ từ thích hợp, điền vào chỗ trống:

– Chiều ngày mai, chúng tôi ______ lao động.

① đang ② đã

③ sẽ ④ vừa

2. Tìm, chọn câu trả lời thích hợp với câu hỏi dưới đây:

– Anh đã đọc quyển tiểu thuyết này chưa?

– ______

① Không, tôi không đọc quyển tiểu thuyết này.

② Chưa, tôi chưa đọc quyển tiểu thuyết này.

③ Có, tôi đã đọc quyển tiểu thuyết này.

④ Đã có, tôi đã đọc quyển tiểu thuyết này.

3. Tìm, chọn câu hỏi phù hợp với câu trả lời dưới đây:

– ______

– Đã, tôi (đã) gặp chị ấy rồi.

① Anh có gặp chị ấy không? ② Anh có phải gặp chị ấy không?

③ Anh sẽ gặp chị ấy chưa? ④ Anh đã gặp chị ấy chưa?

4. Tìm, chọn câu hỏi cho câu trả lời dưới đây:

–

– Không, hôm qua tôi không xem phim. Tôi xem kịch.

① Hôm qua, anh có xem phim không?

② Hôm qua, anh đã xem phim chưa?

③ Hôm qua, anh có phải là xem phim?

④ Hôm qua, anh làm gì?

5. Tìm từ trái nghĩa với từ gạch dưới:

– Chị ấy trẻ, đẹp và thông minh.

① sáng dạ ② sáng suốt

③ tối dạ ④ ngu dốt

6. Chọn từ gần nghĩa với từ gạch dưới:

– Ai đang hát?

– Ca sĩ Ngọc Anh đang hát.

① Cô gái nào ② Ca sĩ nào

③ Chị nào ④ Anh nào

7. Chọn câu gần nghĩa với câu gạch dưới:

– Mẹ đã về chưa?

– Đã, mẹ đã về rồi.

① Chưa, mẹ chưa về. ② Rồi, mẹ đã về rồi.

③ Không, mẹ không về. ④ Đã, mẹ chưa về.

8. Sắp xếp các từ, cụm từ sau thành câu đúng ngữ pháp:

– **chị ấy / tóc / mắt / đen /chị ấy / đen / cũng.**

① Chị ấy tóc đen, mắt chị ấy đen cũng.

② Chị ấy mắt đen, chị ấy tóc cũng đen.

③ Chị ấy tóc đen cũng mắt đen.

④ Tóc chị ấy đen, mắt chị ấy cũng đen.

9. Tìm từ chưa chính xác trong câu dưới đây:

– **Ngày mai là chủ nhật, anh Ngọc(①) không(②) sẽ(③) làm việc(④).**

10. Tìm từ thừa trong câu dưới đây:

– **Hôm qua anh có xem phim không?**

– **Không, hôm qua tôi(①) đã(②) không(③) xem phim(④)**

Bài 04

Bác sĩ khám bệnh

의사가 진찰합니다

Câu mẫu

1 술부가 동사와 명사로 이루어진 문장
2 동사의 지점을 나타내는 문장

A

1. Thầy giáo giảng bài.
2. Sinh viên học bài.
3. Họa sĩ vẽ tranh.
4. Bà ấy đọc báo.
5. Bác sĩ khám bệnh.
6. Bạn tôi đọc sách.
7. Anh ấy làm bài tập.
8. Tôi chưa làm bài tập.
9. Tôi và Bích đang nghe nhạc.
10. Chúng tôi sẽ ôn bài cũ.

B

1. Ai học tiếng Việt? – Tôi học tiếng Việt.
2. Ai biết tiếng Nga? – Chị Hòa biết tiếng Nga.
3. Ai sẽ xem phim? – Các anh ấy sẽ xem phim.
4. Ai đã mua từ điển? – Anh Thư đã mua từ điển.
5. Ai hỏi tôi? – Anh Bình hỏi chị.
6. Ai không biết tiếng Nga? – Tôi không biết tiếng Nga.

C

1. Anh Quyết làm gì? – Anh ấy đọc báo.
2. Chị Nguyệt đang làm gì? – Chị ấy đang ăn cơm.
3. Anh Tuấn đang làm gì? – Anh ấy đang viết thư.
4. Chị làm gì? – Tôi đang chuẩn bị bài.
5. Anh làm gì? – Tôi đọc truyện.

D

1. Anh Bửu có mua từ điển không?
   – Có, anh Bửu mua từ điển.
   – Không, anh Bửu không mua từ điển.
2. Hôm qua anh có xem phim không?
   – Không, hôm qua tôi không xem phim. Tôi xem kịch.
3. Chị có biết tiếng Pháp không?
   – Không, tôi không biết tiếng Pháp. Tôi biết tiếng Nga.
4. Anh có uống cà phê không?
   – Vâng, tôi rất thích cà phê.
   – Vâng, cho tôi một li.
5. Anh có hút thuốc lá không?
   – Có, tôi hút thuốc lá.
   – Có, cho tôi một điếu.

E

1. Anh đã gửi thư chưa?
   – Rồi, tôi (đã) gửi thư rồi.
2. Chị đã làm bài tập chưa?
   – Rồi, tôi (đã) làm bài tập rồi.

3. Anh đã đọc quyển tiểu thuyết này chưa?

– Chưa, tôi chưa đọc quyển tiểu thuyết này.

4. Chị đã gặp chị Hương chưa?

– Rồi, tôi (đã) gặp chị ấy rồi.

5. Anh đã ăn cơm chưa?

– Chưa, tôi chưa ăn cơm.

F

1. Các anh học tiếng Việt ở đâu?

– Chúng tôi học (tiếng Việt) ở Trường Đại học Ngoại ngữ Hàn Quốc.

2. Chị ấy đọc sách ở đâu?

– Chị ấy đọc (sách) ở thư viện.

3. Chị mua cái áo này ở đâu?

– Tôi mua (cái áo này) ở siêu thị Lotte.

4. Các anh ấy chơi bóng bàn ở đâu?

– Các anh ấy chơi (bóng bàn) ở câu lạc bộ.

5. Các chị ấy ăn cơm ở đâu?

– Các chị ấy ăn (cơm) ở nhà ăn.

Từ vựng 1

khám	진찰하다	bệnh	(病) 병
gặp	만나다	mua	사다, 구입하다
ôn tập	(溫習) 복습하다	nhà ăn	식당
ôn	(溫) 복습하다	nhạc	(樂) 음악
âm nhạc	(音樂) 음악	gửi	보내다
bài	과	thư viện	(書院) 도서관
bạn	친구	thư	(書) 편지
bóng bàn	탁구	thầy giáo	남자선생님
biết	알다	thuốc lá	담배
tiếng	소리, 말, 언어	tiếng Việt	(越) 베트남어
từ điển	(辭典) 사전	tiếng Anh	(英) 영어
câu lạc bộ	(俱樂部) 구락부, 클럽	tiếng Nga	(俄) 러시아어
cơm	밥	tiếng Pháp	(法) 프랑스어
cà phê	커피	siêu thị	(超市) 슈퍼마켓, 마트
chơi	놀다	truyện	(傳) 이야기
chuẩn bị	(準備) 준비하다	trường	학교
đại học	(大學) 대학	ngoại ngữ	(外語) 외국어
Hàn Quốc	(韓國) 대한민국		

Ngữ pháp

A 술부가 동사와 명사로 구성된 문형

Ví dụ

- Anh ấy đang đọc sách.
- Họa sĩ vẽ tranh.

B "Ở đâu"는 지점에 대하여 물을 때 쓴다.

Bài đọc cơ bản

Gia đình tôi (sống) ở Hà Nội. Gia đình tôi có năm người. Bố tôi là công nhân. Năm nay bố tôi năm mươi bốn tuổi. Bố tôi chưa già và còn khỏe mạnh. Bố tôi làm việc ở nhà máy. Bố tôi làm việc rất chăm chỉ. Bố tôi luôn luôn giúp đỡ các công nhân trẻ. Bố tôi là một người vui tính và tốt bụng. Mẹ tôi ít tuổi hơn bố tôi. Mẹ tôi là giáo viên. Mẹ tôi dạy ở trường tiểu học. Mẹ tôi là một phụ nữ hiền lành và cần cù. Mẹ tôi rất thương yêu chúng tôi. Tôi có một chị gái và một em trai. Chị gái tôi là bác sĩ. Chị ấy làm việc ở Bệnh viện Bạch Mai. Năm nay chị tôi hai mươi bảy tuổi. Chị ấy mới lập gia đình. Chị ấy chưa có con. Em trai tôi là học sinh. Nó đang học ở trường phổ thông. Em tôi rất thông minh và chăm chỉ. Nó học giỏi. Gia đình tôi sống rất hạnh phúc.

Từ vựng 2

gia đình	(家庭) 가정	công nhân	(工人) 노동자
nhà máy	공장	khỏe mạnh	건강한
chăm chỉ	부지런한	trường tiểu học	(小學) 초등학교
chị gái	언니, 누나	trường phổ thông	(普通) 중고등학교
giúp đỡ	돕다	cần cù	(勤劬) 근면한
em trai	남동생	tốt bụng	좋은
con	아이, 자녀	phụ nữ	(婦女) 부녀, 여자
thương yêu	사랑하다	lập gia đình	(立家庭) 혼인하다
hạnh phúc	(幸福) 행복	thịt	고기
kẹo	사탕	chuối	바나나
bánh mì	빵	cam	귤
phở	베트남 쌀 국수	rượu	술
bia	1.맥주 2.비석	sữa	우유

Bài tập

1. 주어진 명사와 동사를 활용하여 문장을 만드시오.

1) … xem/phim | kịch | xiếc
tranh | triển lãm | vô tuyến truyền hình
bóng đá | bóng chuyền | bóng bàn

2) … đọc/sách | báo | tạp chí
tiểu thuyết | truyện ngắn | thơ

3) … ăn/cơm | bánh mì | kẹo
chuối | cam | phở
thịt

4) … uống/nước | nước chè (trà) | cà phê
sữa | rượu | bia

2. 아래 질문에 대답하시오.

1) Anh có biết tiếng Việt không?

2) Chiều nay chị có ăn cơm không?

3) Anh đã học bài chưa?

4) Anh đã chuẩn bị bài chưa?

5) Chị đã làm bài tập chưa?

6) Hôm nay các chị có xem phim không?

7) Hôm qua anh mua sách mới ở đâu?

8) Anh ấy đọc sách ở đâu?

9) Anh làm việc ở đâu?

10) Chị học tiếng Việt ở đâu?

11) Ai biết tiếng Việt?

3. 아래 단어의 반대말을 쓰시오.

già	vui	đặc
khỏe	tốt	vui tính

4. 아래 문장의 문법성분을 분석하시오.

1) Bố tôi là công nhân.

2) Bố tôi chưa già và còn khỏe mạnh.

3) Bố tôi luôn luôn giúp đỡ các công nhân trẻ.

4) Chị ấy làm việc ở bệnh viện Bạch Mai.

5. 아래 문장을 "… **có** … **không?**" 형태의 의문문으로 만드시오.

1) Anh Huệ mua bút.

2) Chị Tuyết uống cà phê.

3) Anh Nguyễn hút thuốc lá.

4) Tôi biết tiếng Việt.

5) Các anh ấy xem kịch.

6) Chúng tôi nghe nhạc.

7) Chị ấy mua từ điển.

8) Các chị ấy học tiếng Việt.

9) Các anh ấy làm bài tập.

10) Tôi ăn cơm.

문제풀이

1. Tìm, chọn từ thích hợp, hoàn thiện câu:

– **Hôm qua anh mua sách mới ______ ?**

– **Hôm qua tôi mua sách mới ở hiệu sách.**

① ở hiệu nào　　② ở đâu

③ ở phố nào　　④ ở nhà nào

2. Tìm từ thừa trong câu dưới đây:

– **Gia đình tôi có 3 chị em: chị cả gái tôi, tôi và em trai tôi.**

(① 3 chị em: ② chị ③ cả ④ gái tôi,)

3. Tìm, chọn câu trả lời thích hợp với câu hỏi dưới đây:

– **Hàng ngày, các sinh viên học gì ở đây?**

– ______

① Hàng ngày, các sinh viên học tập ở đây.

② Hàng ngày, các sinh viên đang học ở đây.

③ Hàng ngày, các sinh viên học tiếng Việt ở đây.

④ Hàng ngày, các sinh viên sẽ học tập ở đây.

4. Tìm câu hỏi thích hợp với câu trả lời dưới đây:

– ______

– **Tôi mua cái áo này ở cửa hàng bách hóa.**

① Chị mua cái áo này ở đâu?

② Chị mua cái áo này ở khu vực nào?

③ Chị mua cái áo này địa điểm nào?

④ Chị mua cái áo này cửa hàng bách hoá nào ?

5. Tìm từ trái nghĩa với từ gạch dưới:

– Bố tôi là một người vui tính và rất tốt.

① vui vẻ ② buồn bã

③ khó tính ④ khó khăn

6. Tìm từ đồng nghĩa với từ gạch dưới:

– Mẹ tôi là một phụ nữ hiền lành và cần cù.

① lười biếng ② siêng năng

③ lười nhác ④ lơ đãng

7. Tìm, chọn từ gần nghĩa với từ gạch dưới:

– Hoạ sĩ đang làm gì?

– Hoạ sĩ đang vẽ tranh.

① đi đâu ② ở đâu

③ vẽ gì ④ vẽ ai

8. Sắp xếp các từ, cụm từ sau thành câu có nghĩa:

tôi / bố / già / chưa / và / khỏe mạnh /còn

① Bố tôi già và chưa khoẻ mạnh.

② Bố tôi còn già và chưa khoẻ mạnh.

③ Bố tôi già và còn chưa khoẻ mạnh.

④ Bố tôi chưa già và còn khỏe mạnh.

9. Sắp xếp các từ, cụm từ sau thành câu đúng ngữ pháp:

– chúng tôi / Đại học / trường / học tiếng Việt /đang / ở / Tổng hợp.

① Trường đại học chúng tôi đang học tiếng Việt ở Tổng hợp.

② Đại học chúng tôi đang học tiếng Việt ở trường Tổng hợp.

③ Chúng tôi đang ở trường đại học Tổng hợp học tiếng Việt.

④ Chúng tôi đang học tiếng Việt ở trường Đại học Tổng hợp.

10. Chọn cách giải thích đúng nhất:

– Sinh viên là ______ .

① người đang đi học　② đang học ở bậc phổ thông trung học

③ người đang học ở bậc tiểu học　④ người đang học ở trường đại học

Bài 05

Tôi đi thư viện

나는 도서관에 갑니다

Câu mẫu

1 방향성을 띠는 동사로 되어 있는 술부형 문형
2 시간부사
3 수(數) 1

A

1. Tôi đi thư viện.
2. Chị Mai đi bưu điện.
3. Chúng tôi đi đại sứ quán.
4. Mẹ tôi đi chợ.
5. Bố tôi đến trường.
6. Chúng tôi về kí túc xá.
7. Anh ấy xuống tầng một.
8. Chị Ngọc lên tầng hai.

B

1. Các anh có đi Hạ Long không?
   – Có, ngày mai chúng tôi sẽ đi (Hạ Long).
2. Hôm qua anh có đến bưu điện không?
   – Không, hôm qua tôi không đến bưu điện.
3. Anh Hoàng có đến đây không?
   – Có, anh ấy vừa mới đến đây.
4. Sáng mai chị có đến trường không?
   – Không, sáng mai tôi không đến trường. Chúng tôi nghỉ.

5. Bây giờ anh có về kí túc xá không?
   – Có, lát nữa tôi sẽ về kí túc xá.
6. Anh Tuấn đã về nước chưa?
   – Chưa, anh ấy chưa về. Anh ấy đang ở Hàn Quốc.
7. Chị đã đi Sầm Sơn chưa?
   – Rồi, tôi đã đi Sầm Sơn rồi.
8. Anh có ra phố không?
   – Không, chiều nay tôi không ra phố. Tôi đang bận.

C

1. Ngày mai, chúng tôi nghỉ.
2. Chủ nhật, thư viện không làm việc.
3. Hôm qua, bạn tôi mua một quyển từ điển mới.
4. Sáng nay, tôi gặp chị Thúy Quỳnh ở bưu điện.
5. Mùa hè này, chúng tôi sẽ đi Sầm Sơn.
6. Hiện nay, gia đình tôi sống ở Nha Trang.
7. Hai giờ chiều nay, máy bay sẽ cất cánh.
8. Chủ nhật vừa rồi, chúng tôi đã tham quan bảo tàng.
9. Tối nay, chúng tôi sẽ xem phim mới ở câu lạc bộ.
10. Hôm qua, tôi đã nhận được thư của gia đình.

D

1. Bao giờ các anh ấy đi Đà Nẵng?
   – Tuần sau các anh ấy đi Đà Nẵng.
2. Bao giờ chị trở lại Hà Nội?
   – Chủ nhật tuần sau tôi sẽ trở lại Hà Nội.

3. Hôm nào rạp chiếu phim Tháng Tám chiếu phim mới?

– Thứ Sáu rạp chiếu phim Tháng Tám sẽ chiếu phim mới.

4. Ngày nào hiệu sách thường có sách mới?

– Thứ Bảy hàng tuần hiệu sách thường có sách mới.

5. Các chị ấy đến Hà Nội bao giờ?

– Các chị ấy đến Hà Nội hôm qua.

6. Ông mua xe đạp bao giờ?

– Tôi mua xe đạp năm ngoái.

7. Anh gặp chị Tố Hoa hôm nào?

– Tôi gặp chị ấy hôm Chủ nhật.

8. Các anh về đây hôm nào?

– Chúng tôi về đây hôm qua.

Từ vựng 1

đâu	어디	lên	올라가다
xuống	내려가다	đây	이것, 이분, 여기
kí túc xá	(寄宿舍) 기숙사	bưu điện	(郵電) 우체국
đại sứ quán	(大使館) 대사관	bây giờ	지금
bao giờ	언제	tầng	(層) 층
bán	팔다	tham quan	(参觀·貪官) 1. 답사 2. 탐관오리
cất cánh	이륙하다	bảo tàng	(寶藏) 박물관
sống	살다	ngày nào (hôm nào)	어느날
trở lại	돌아오다	năm	년
giờ	시간	năm ngoái	작년
nhận	(認) 받다	phố	(舖) 도시, 거리
tối nay	오늘 밤	hiện nay	(現) 현재
rạp chiếu phim	극장	nước	1.나라 2.물
hiệu sách	서점	chợ	시장
chiếu	(照) 비추다, 상영하다	ra	나가다
lát nữa	잠시 후	ga	역
chiều nay	오늘오후	sáng mai	내일 아침
hàng tuần	매주	sáng nay	오늘 아침
vừa mới	바로 (가까운 과거)	tuần (lễ)	(旬禮) 주, 주간
thứ Bảy	토요일	tuần sau	다음주
tháng	월(月)	về	1. 돌아가다 (동사) 2. …에 관하여(전치사)
mùa	계절	mùa hè	여름(= mùa hạ, 夏)

Ngữ pháp

A 문장의 술부에서 방향성을 나타내는 동사. 이 동사 뒤에 오는 명사는 동사의 지점을 가르킨다. 의문문에서는 "**đâu**"를 쓴다.

Ví dụ
– Chị đi đâu?
– Tôi đi Seoul.

B "**có** … **không**"과 "… **đã** … **chưa**" 형태의 의문문은 제3과를 참조할 것.

C 시간부사 "**bao giờ**"가 문두에 오면 미래를 나타내며, 문미에 오면 과거를 나타낸다.

Ví dụ
– Bao giờ các anh ấy đi Seoul?
– Các anh ấy đi Seoul bao giờ?

"**Bao giờ**" 외에도 "**năm nào**, **tháng nào**, **ngày nào**, **hôm nào**, **lúc nào**, **khi nào**, …"를 쓸 수 있다. 이 중 "**bao giờ**"가 가장 보편적으로 쓰인다.

D 수(數): 1부터 10까지

1: một	2: hai	3: ba	4: bốn
5: năm	6: sáu	7: bảy(bẩy)	8: tám
9: chín	10: mười		

Bài đọc cơ bản

1. Tôi là sinh viên nước ngoài. Tôi mới đến Việt Nam. Tôi đang học tiếng Việt. Tôi học ở Khoa Việt Nam học, Trường Đại học Sư phạm Hà Nội. Hiện nay tôi học năm thứ nhất.

2. Mỗi tuần, chúng tôi học tiếng Việt hai mươi giờ. Tất cả các buổi sáng, chúng tôi đều đến lớp, trừ chủ nhật. Chúng tôi học phát âm, ngữ pháp, từ vựng. Cô giáo giảng bài. Chúng tôi chăm chú nghe. Sau đó, chúng tôi luyện tập. Chúng tôi luyện tập phát âm, luyện nói, tập nghe, tập đọc, viết chính tả, học cách dùng từ, đặt câu, làm bài tập. Lớp học của chúng tôi rất vui. Cô giáo hỏi chúng tôi. Chúng tôi trả lời cô giáo. Cô giáo khen chúng tôi. Chúng tôi cảm ơn cô giáo.

3. Hôm nay là Chủ nhật. Chúng tôi không đến lớp. Đêm hôm qua tôi thức khuya. Sáng nay, tôi dậy muộn. Tám giờ rồi. Tôi vội vàng đánh răng, rửa mặt và ăn sáng. Tôi mặc quần áo, chải đầu, đi giày. Tôi định đến bưu điện.

Từ vựng 2

nước ngoài:	외국	sư phạm:	(師範) 사범
Việt Nam học:	(越南學) 베트남학	tất cả:	모든
năm thứ nhất:	일학년	đặt câu:	문장을 만들다
mỗi tuần:	매주	đêm:	밤, 저녁
trừ:	(除) 제외하다	từ vựng:	어휘
chăm chú:	열심히	khen:	칭찬하다
phát âm:	(發音) 발음	rửa (mặt):	세수하다, 씻다
cách dùng từ:	단어 활용법	sau đó:	그 후
chính tả:	(正寫) 철자	dậy:	일어나다
ngữ pháp:	(語法) 문법	chải (đầu):	머리를 빗다
thức:	(識・式) 깨어있는	đi (giầy):	신발을 신다
khuya:	밤늦게까지	vội vàng:	서두르다
muộn:	늦은	ăn sáng:	아침을 먹다
đánh (răng):	(이를) 닦다, 때리다	định:	(定) …할 예정이다
mặc (quần áo):	(옷을) 입다		

Bài tập

1. 주어진 단어들을 문법과 의미에 맞도록 빈칸에 적절히 채우시오.

Ví dụ

thư viện	Khoa Tiếng Việt	câu lạc bộ	hiệu sách
bưu điện	ga	nhà máy	bệnh viện
Hà Nội	nhà ăn		

1) Bạn tôi là kĩ sư. Anh ấy làm việc ở ________ .

2) Xe lửa đang vào ________ .

3) Anh ấy đến ________ để gửi thư.

4) Chị ấy đang đọc sách ở ________ .

5) Tôi học tiếng Việt ở ________ .

6) Ngày mai mẹ tôi sẽ đến ________ .

7) Bác sĩ Tiến vào ________ .

8) Mười hai giờ rồi. Tôi đến ________ để ăn cơm.

9) Các anh ấy đang chơi bóng bàn ở ________ .

10) Hôm nay chúng tôi mua sách mới ở ________ .

2. 주어진 동사를 문법과 의미에 맞도록 빈칸에 적절히 채우시오.

Ví dụ

về	đi	đến	xuống
lên	ra	vào	

1) Xe lửa ________ ga.

2) Chúng tôi ________ kí túc xá.

3) Sinh viên ________ trường đại học.

4) Chị ấy đã ________ Hải Phòng.

5) Công nhân ________ nhà máy.

6) Chị Hoa ________ chợ.

7) Anh Bảo ________ thư viện.

8) Anh ấy ________ tầng hai.

9) Chị Tố Uyên ________ nhà ăn.

10) Chúng tôi ________ sân bay.

3. 주어진 단어를 이용하여 질문에 대답하시오.

1) – Ai đi thư viện? (anh Nam)

– Anh đi đâu? (hiệu sách)

– Anh có đi thư viện không? (không)

2) – Anh ấy đi đâu? (bưu điện)

– Chị đi đâu? (kí túc xá)

– Chị có đến bưu điện không? (không)

– Anh Bảo có đi hiệu sách không? (không)

3) – Anh đã về kí túc xá chưa? (chưa)

– Chị Tố Uyên có đến trường không? (không)

– Anh đi đâu? (hiệu sách)

– Chị ấy đi đâu? (chợ)

4) – Anh đi đâu? (bệnh viện)

– Anh đã lên lớp chưa? (rồi)

– Hôm nay anh có lên lớp không? (không)

4. 주어진 단어들을 문법에 맞게 정돈하시오.

1) ở hiệu sách / tôi đã mua một quyển từ điển / hôm qua

2) ở phố Huế / chúng tôi sẽ xem phim mới / ngày mai

3) ở bưu điện / tôi đã nhận thư / hôm qua

4) ở kí túc xá / sinh viên sẽ gặp nhau / ngày mai

5) ở nhà văn hóa / các anh ấy đang chơi bóng bàn / bây giờ

6) ở thư viện / anh Bảo đang đọc sách / hôm nay

7) ở Khoa Tiếng Việt / tôi gặp chị Hoa / sáng nay

5. 시간을 나타내는 부사의 위치에 주의하여 아래 질문에 대답하시오.

1) Chị đến Hà Nội bao giờ?

2) Bao giờ anh Bảo đi Hải Phòng?

3) Bao giờ anh đi bưu điện?

4) Chị gặp anh Kiên bao giờ?

5) Anh học tiếng Việt bao giờ?

6) Bao giờ cô ấy đến đây?

7) Chị gặp bạn tôi hôm nào?

8) Hôm nào chúng ta sẽ gặp nhau?

9) Bao giờ chúng tôi phải làm bài tập này?

10) Mấy giờ các anh lên lớp?

문제풀이

1. Chọn từ thích hợp điền vào chỗ trống:

   – Anh ấy đến ________ để gửi thư.

   ① nhà ga ② bến xe
   ③ trường học ④ bưu điện

2. Tìm từ thích hợp hoàn thiện câu:

   – Xe lửa đang từ từ tiến ________ ga.

   ① đi vào ② vào
   ③ chạy vào ④ ghé vào

3. Tìm từ thừa trong câu sau:

   – Sáng sáng, sinh viên thường(①) đến(②) tới(③) trường đại học(④).

4. Tìm câu trả lời thích hợp với câu hỏi dưới đây:

   – Bao giờ các anh ấy đi Seoul?

   – ________________

   ① Một tuần nữa các anh ấy đi Seoul.
   ② Cách đây 1 tuần các anh ấy đi Seoul.
   ③ Các anh ấy đi Seoul 1 tuần rồi.
   ④ Các anh ấy đi Seoul 1 tuần trước.

5. Tìm câu hỏi thích hợp với câu trả lời dưới đây:

–

– **Các chị ấy đi Hà Nội cách đây 3 hôm.**

① Bao giờ các chị ấy đi Hà Nội? ② Các chị ấy đi Hà Nội bao giờ?

③ Hôm nào các chị ấy đi Hà Nội? ④ Khi nào các chị ấy đi Hà Nội?

6. Tìm từ ngữ gần nghĩa với từ ngữ gạch dưới:

– **Chủ nhật vừa rồi, chúng tôi đã tham quan bảo tàng cách mạng Việt Nam.**

① trước nữa ② trước đây

③ trước ④ sau

7. Tìm câu gần nghĩa với câu dưới đây:

– **Hôm qua, họ đã tới đây lúc nào?**

① Hôm qua, họ đã tới đây lúc mấy giờ?

② Hôm qua, họ đã tới đây lúc bao giờ?

③ Hôm qua, họ đã tới đây lúc khi nào?

④ Hôm qua, họ đã tới đây lúc giờ nào?

8. Tìm từ trái nghĩa với từ gạch dưới:

– **Hai giờ chiều nay máy bay sẽ cất cánh.**

① mất cánh ② xuống cánh

③ hạ cánh ④ bay cánh

9. Chọn một câu đúng với các từ ngữ sau:

bạn tôi / hôm qua / mua / đã / một / từ điển mới / ở / quyển / hiệu sách cũ / một

① Hôm qua bạn tôi đã mới mua một quyển từ điển ở một hiệu sách cũ.

② Hôm qua bạn tôi đã mua một quyển từ điển cũ ở một hiệu sách mới.

③ Hôm qua bạn tôi đã ở một hiệu sách cũ mua một quyển từ điển mới.

④ Hôm qua bạn tôi đã mua một quyển từ điển mới ở một hiệu sách cũ.

10. Đọc lại đoạn văn trong bài đọc:

"Cô giáo giảng bài. Chúng tôi chăm chú nghe. Sau đó, chúng tôi luyện tập … Lớp học của chúng tôi rất vui. Cô giáo hỏi chúng tôi. Chúng tôi trả lời cô giáo. Cô giáo khen chúng tôi. Chúng tôi cảm ơn cô giáo".

Dựa vào nội dung đoạn văn, trả lời câu hỏi:

– Khi cô giáo khen chúng ta, chúng ta phải ______.

① chào cô giáo　　② trả lời cô giáo

③ cám ơn cô giáo　　④ hỏi cô giáo

Bản ghi nhớ

Bài 06

Trên bàn có sách

책상 위에 책이 있습니다

Câu mẫu

1. X **có** Y 형태의 문장
2. 류사(類詞) "**quyển, bức, tờ**" 활용법
3. "**mấy**" 와 "**bao nhiêu**" 활용법
4. 수(數) 2

A

1. Trên bàn có sách.
2. Trong nhà có hai người lạ.
3. Ngoài sân có một cái xe máy mới.
4. Dưới sông có nhiều thuyền.
5. Xung quanh nhà có cây xanh.
6. Ở trường có nhiều căn tin.

B

1. Trên bàn không có sách.
2. Trong nhà không có người.
3. Ngoài sân không có xe máy.
4. Dưới sông không có thuyền.
5. Xung quanh nhà không có cây xanh.
6. Ở trường không có nhiều căn tin.

C

1. Trên bàn có sách không?
2. Trong nhà có người không?
3. Ngoài sân có xe máy không?
4. Dưới sông có thuyền không?
5. Xung quanh nhà có cây xanh không?
6. Ở trường có nhiều căn tin không?

D

1. Ở trên bàn có một quyển từ điển mới.
2. Ở trong tủ có một bức thư.
3. Ở dưới quyển sách có một tờ giấy trắng.
4. Ở trên tường có một tấm bản đồ Việt Nam.
5. Ở trước nhà triển lãm có một bức tranh lớn.

E

1. Trên tường có mấy bức tranh?
   – Trên tường có hai bức tranh.
2. Trong tủ của anh có mấy cái áo sơ mi?
   – Trong tủ của tôi có năm cái áo sơ mi.
3. Trên bàn có mấy cái mũ?
   – Trên bàn có ba cái mũ.
4. Trước cửa nhà có mấy cái ô tô?
   – Trước cửa nhà có một cái ô tô.
5. Dưới sông có mấy chiếc thuyền?
   – Dưới sông có hai chiếc thuyền.
6. Trên giá sách của bác sĩ có bao nhiêu quyển sách?
   – Trên giá sách của bác sĩ có hơn một trăm quyển sách.
7. Trong bao thuốc lá của anh có bao nhiêu điếu?
   – Trong bao thuốc (lá) của tôi có mười chín điếu (thuốc lá).
8. Ở ngoài sân có bao nhiêu người?
   – Ở ngoài sân có gần ba mươi người.
9. Ở trong túi anh có bao nhiêu tiền?
   – Ở trong túi tôi có khoảng hai trăm nghìn đồng.
10. Trên xe lửa có bao nhiêu hành khách?
   – Trên xe lửa có hơn bốn trăm hành khách.

Từ vựng 1

xung quanh	주위	trên	… 위에
dưới	아래	trước	… 앞에
gần	가까운	trong	… 안에
ngoài	외에	có	가지고 있다
bao (thuốc lá)	(담배) 갑	lạ	낯선, 이상한
bao nhiêu	얼마나	mấy	몇, 얼마나
tường	벽	sân	운동장, 마당
tủ	옷장	trắng	흰
mũ	모자	nhà triển lãm	(展覧) 전람회장, 박람회장
áo sơ mi	와이셔츠	từ điển	(辭典) 사전
giá sách	책장	sông	강
cửa	문, 창	xe máy	오토바이
tiền	(錢) 돈	giấy	종이
cây xanh	나무	thuyền	(船) 배
túi	가방, 호주머니, 쇼핑백	hành khách	(行客) 승객
hơn	…보다(비교급)		

Ngữ pháp

A "위치를 나타내는 전치사 + DT1 + **có** + DT2" 형태의 문장은 "어디에 … 가 있다"는 표현이다. 전치사는 "**trên, dưới, trong, ngoài …**" 등이 있다.

Ví dụ
– Chị đi đâu?
– Tôi đi Seoul.

B 동사 "**có**"를 부정하는 부사 "**không**"은 "không + có"의 형태로 "**có**" 앞에 온다.

Ví dụ
– Trên núi không có hoa.
– Trong phòng không có bản đồ Việt Nam.

C "Trên bàn có sách"의 문장을 "**có … không?**" 형태의 의문문으로 만들 때 동음의 "**có**" 중에 하나를 생략한다. 생략되는 "**có**"는 동사 "**có**"가 아니라 의문문을 만는 "**có**"이다.

Ví dụ
– Trên bàn có có sách không? → Trên bàn có sách không?

D 전치사 "**trên, dưới, trong, ngoài, …**" 앞에 사물의 존재 위치를 강조하기 위하여 "**ở**"를 쓸 수있다. 그러나 "**ở**"의 사용여부는 자유롭다.

Ví dụ
– Ở trên bàn có một quyển từ điển mới.
(= Trên bàn có một quyển từ điển mới.)

E 類詞 "quyển, bức, tấm, tờ"

a) **Quyển**: 책, 노트, 사전류와 같이 일정한 두께를 갖는 사물에 쓴다. "**quyển**" 대신에 "**cuốn**"도 쓸 수 있다.

b) **Bức**: 편지, 사진, 그림류와 같이 작고 얇은 사물에 쓴다.

c) **Tấm**: 지도, 목재와 같이 크고 길면서 일정한 두께를 같는 사물에 쓴다.

d) **Tờ**: 종이, 신문, 잡지와 같은 종이류에 쓴다.

F "**Mấy, bao nhiêu**"는 수량을 물을 때 쓴다. 이 중 "**mấy**"는 10 이하의 수에, "**bao nhiêu**"는 10 이상의 수에 쓴다.

Ví dụ

– Tong phòng có mấy người? → Trong phong có sáu người.

– Anh có bao nhiêu tiền? → Tôi có hai trăm nghìn.đồng.

G 수(數) 2:

G1: 11에서 19까지

11: mười một 12: mười hai 13: mười ba 14: mười bốn 15: mười lăm
16: mười sáu 17: mười bảy 18: mười tám 19: mười chín

G2: 20, 30, 30, 40, … 80, 90

20: hai mươi 30: ba mươi 40: bốn mươi 50: năm mươi
60: sáu mươi 70: bảy mươi 80: tám mươi 90: chín mươi

G3: 21에서 99까지

21: hai mươi mốt 31: ba mươi mốt
22: hai mươi hai 42: bốn mươi hai
23: hai mươi ba 53: năm mươi ba
24: hai mươi tư 64: sáu mươi tư
25: hai mươi nhăm 75: bay mươi nhăm
26: hai mươi sáu 86: tám mươi sáu

27: hai mươi bảy
28: hai mươi tám
29: hai mươi chín

97: chín mươi bảy
98: chín mươi tám
99: chín mươi chín

G4: mười, trăm, nghìn, vạn, triệu와 같은 짝수를 셀 때는 명사 chục, trăm, nghìn, vạn, triệu, tỷ 등을 사용한다. 형태는 "수 + chục, trăm, nghìn, vạn, triệu, tỷ"의 형태를 갖는다.

Ví dụ

VD: 10(một chục), 20(hai chục), 30(ba chục), 70(bảy chục), … 100(một trăm), 300(ba trăm), 500(năm trăm), 900(chín trăm), … 1.000(một nghìn), 4.000(bốn nghìn), 7.000(bảy nghìn), 8.000(tám nghìn), … 10.000(một vạn-mười nghìn), 50.000(năm vạn-năm mươi nghìn), 80.000(tám vạn-tám mươi nghìn), 90.000(chín vạn-chín mươi nghìn), … 1.000.000(một triệu), 6.000.000(sáu triệu), 30.000.000(ba mươi triệu), 200.000.000(hai trăm triệu), 1.000.000.000(một tỉ)

[주의할 수]

- 100의 사이 "0"은 "**linh**(零)"으로 읽는다. VD: 103(một trăm linh ba).
  남부에서는 "**lẻ**"라 읽는다. VD: 103(một trăm lẻ ba)
- 1,000이나 10,000사이의 "0"은 "**không**(空)"으로 읽는다. VD: 2.034(hai nghìn không trăm ba mươi tư).
  남부에서는 1,000을 "**ngàn**"으로 읽는다. VD: 2.034(hai ngàn không trăm ba mươi tư)
- 15의 5는 "**lăm**"으로 익는다. VD: 15(mười lăm)
- 25, 35 … 95 등의 5는 "**nhăm**" 혹은 "**lăm**"으로 읽는다.
- 20 이상에서 "mười"는 "**mươi**"로 읽는다. VD: 17(mười bảy), 27(hai mươi bảy)
- 21에서 91까지에서 "một"은 "**mốt**"으로 읽는다. VD: 31(ba mươi mốt), 71(bảy mươi mốt)
- 24 이상에서 "bốn"은 일반적으로 "**tư**"로 읽는다. VD: 54(năm mươi tư), 94(chín mươi tư)
- 20, 30은 일반적으로 "**hăm**", "**băm**"으로 읽는다. 따라서 21, 29, 33, 38은 "hăm mốt", "hăm chín", "băm ba", "băm tám"으로 읽는다.
- 1,000 이상의 수나 소수점을 표기할 베트남은 우리와 반대로 한다.
  VD: 38,072(한) → 38.072(베) / 2,891,070(한) → 2.891.070(베) / 45.9(한) → 45,9(베) / 45.9%(한) → 0,01%(베)의 형태이다.

Bài đọc cơ bản

1. Hồ Gươm

Giữa thủ đô Hà Nội có một cái hồ nổi tiếng. Đó là Hồ Gươm. Xung quanh hồ có nhiều cây xanh. Giữa hồ có Tháp Rùa. Cạnh hồ có đền Ngọc Sơn và cầu Thê Húc.

Sáng sớm, nhiều người đến đây để tập thể dục. Vào những ngày nghỉ, nhiều người đi dạo xung quanh hồ. Những ngày lễ lớn, xung quanh hồ có rất nhiều đèn. Cảnh Hồ Gươm rất đẹp.

Hồ Gươm còn gọi là Hồ Hoàn Kiếm.

Từ vựng 2

thủ đô	(首都) 수도	Hồ Hoàn Kiếm (=Hồ Gươm)	(湖還劍) 환검호수
hồ	(湖) 호수	đền	사당
tháp	(塔) 탑	đèn	등
đi dạo	거닐다, 산책하다	tập thể dục	(集體育) 운동
lễ	(禮) 의례	nổi tiếng	유명한
thăm	방문하다	cảnh	(景) 1. 경치, 풍경 2. 경계 (境界)
đẹp	아름다운	thật (là)	(實) 실로, 참으로

Bài tập

1.전치사 "trên, dưới, trong, ngoài, xung quanh, giữa"를 빈칸에 넣으시오.

1) ______ bàn có nhiều sách.

2) ______ bàn có một con mèo.

3) ______ lớp có nhiều ghế.

4) ______ nhà có một người lạ.

5) ______ sân có một quả bóng.

6) ______ vườn có một cây cao.

2. 아래 문장을 문형 I-A처럼 바꾸시오.

1) Nhiều ô tô chạy trên đường.

______

2) Một cái ra đi ô để trên mặt bàn.

______

3) Hai chiếc thuyền chạy dưới sông.

______

4) Một cái áo mới treo trong tủ.

______

5) Nhiều sinh viên ngồi trong lớp học.

______

6) Một con mèo ngồi dưới gầm bàn.

7) Một cô gái ngồi dưới gốc cây.

3. 아래 문장을 "mấy"와 "bao nhiêu"를 이용한 의문문으로 바꾸시오.

1) Trên tường có hai bức tranh.

2) Chị ấy mua năm quả cam.

3) Năm nay, bố tôi năm mươi tuổi.

4) Nhóm sinh viên chúng tôi có bảy người.

5) Một trăm hai mươi sinh viên đang học ở Khoa Tiếng Việt.

6) Hàng tuần, chúng tôi lên lớp ba mươi giờ.

7) Trong túi tôi có hai bao thuốc lá.

8) Tôi học tập ở Việt Nam bốn năm.

문제풀이

1. Chọn từ thích hợp để điền vào chỗ trống:
   - **Trên tường có gì?**
   - **Trên tường có 4 ______ tranh.**

① cái　　② tấm
③ chiếc　　④ bức

2. Tìm cụm từ thích hợp điền vào chỗ trống:
   - **Ở trước cổng trường đại học có ______ tranh cổ động lớn.**

① một　　② bức
③ một bức　　④ một tấm

3. Tìm từ thích hợp, hoàn thiện câu:
   - **Trong tủ bếp có những gì**?
   - **Trong tủ bếp có nhiều thứ: bát đũa, thìa dĩa và ______ dao**.

① 2 cái　　② 2 con
③ 2 chiếc　　④ 2 tờ

4. Tìm câu trả lời thích hợp với câu hỏi dưới đây:
   - **Trong lớp có bao nhiêu sinh viên**?
   - ______________________________ ?

① Trong lớp có nhiều sinh viên.
② Trong lớp có 3 sinh viên.
③ Trong lớp có khoảng 15 sinh viên.
④ Trong lớp có khoảng vài sinh viên.

5. Tìm câu hỏi câu thích hợp với trả lời dưới đây:

– ?

– **Ngoài sân có nhiều xe máy và xe đạp**.

① Ngoài sân có gì ?

② Ngoài sân có những gì ?

③ Ngoài sân có nhiều xe máy phải không ?

④ Có phải ngoài sân có nhiều xe máy và xe đạp phải không ?

6. Đọc lại đoạn văn trong bài đọc:

"Giữa thủ đô Hà Nội có một cái hồ xinh đẹp. Đó là Hồ Gươm. Nước hồ trong xanh. Xung quanh hồ có nhiều cây xanh. Giữa hồ là Tháp Rùa cổ kính, đền Ngọc Sơn nổi tiếng ở phía bắc hồ. Khách thăm đền đi qua một chiếc cầu gỗ nhỏ. Đó là cầu Thê Húc".

Dựa vào nội dung đoạn văn, trả lời câu hỏi:

– **Tháp Rùa nằm ở đâu?**

① Tháp Rùa nằm ở giữa Hà Nội.

② Tháp Rùa nằm ở phía bắc Hồ Gươm.

③ Tháp Rùa nằm ở giữa Hồ Gươm.

④ Tháp Rùa nằm cạnh đền Ngọc Sơn.

7. Tìm câu gần nghĩa với câu dưới đây:

– **Trên giá sách của bác sĩ có bao nhiêu quyển sách?**

① Trên giá sách của bác sĩ có bao nhiêu cuốn sách?

② Trên giá sách của bác sĩ có bao nhiêu tập sách?

③ Trên giá sách của bác sĩ có bao nhiêu chiếc sách?

④ Trên giá sách của bác sĩ có bao nhiêu bộ sách?

8. Tìm từ trái nghĩa với từ gạch dưới:

– **Ở đây lúc nào cũng đông người.**

① nhiều ② vắng

③ lắm ④ ít

9. Tìm từ gần nghĩa với từ gạch chân trong câu:

– **Dưới sông có nhiều tàu, thuyền đang chạy.**

① Trong ② Ngoài

③ Trên ④ Quanh

10. Sắp xếp các từ, cụm từ sau thành câu đúng ngữ pháp:

– **những / dưới gốc / từng / cây liễu / đôi thanh niên / vui vẻ / chuyện trò.**

① Dưới gốc từng cây liễu những đôi thanh niên trò chuyện vui vẻ

② Dưới gốc những cây liễu từng đôi thanh niên chuyện trò vui vẻ.

③ Dưới từng gốc cây liễu những thanh niên đôi vui vẻ chuyện trò.

④ Những đôi thanh niên trò chuyện vui vẻ dưới gốc từng cây liễu.

Bản ghi nhớ

Bài 07

Anh Nam đưa cho tôi một bức thư

남씨가 나에게 편지를 주었습니다

Câu mẫu

1 이중목적어로 이루어진 술부형 문장
2 "**những, các**" 활용법
3 소유격 "**của**" 활용법

A

1. Gia đình tôi gửi cho tôi một cái đồng hồ mới.
2. Anh ấy đưa cho tôi hai quyển sách mới.
3. Mẹ chị Hoa mua cho chị ấy cái áo dài đẹp.
4. Tôi đã viết cho anh ấy ba bức thư.
5. Cô ấy mang đến cho chúng tôi một tin vui.
6. Anh ấy lấy của tôi một cái bút chì.
7. Tôi mới mượn của thư viện một quyển tiểu thuyết.
8. Anh Nam đã nhận của gia đình một bưu phẩm.
9. Anh ấy vay của tôi mười đồng.

B

1. Tôi gửi một quyển từ điển mới cho anh ấy.
2. Mẹ tôi mua một cái áo dài đẹp cho em gái tôi.
3. Bưu điện mới chuyển một bưu thiếp của chị ấy cho tôi.
4. Anh Bằng đưa một bao thuốc lá cho anh Nam.

5. Chị ấy mang báo mới cho chúng tôi.

C

1. Đây là sách của tôi. (1)
   → Đây là quyển sách của tôi. (2)
   → Đây là hai quyển sách của tôi. (3)
   → Đây là những quyển sách của tôi. (4)
2. Vườn bách thú của Hà Nội có voi to. (1)
   → Vườn bách thú của Hà Nội có con voi to. (2)
   → Vườn bách thú của Hà Nội có bốn con voi to. (3)
   → Vườn bách thú của Hà Nội có những con voi to. (4)
3. Chị Thúy mua áo đẹp. (1)
   → Chị Thúy mua cái áo đẹp. (2)
   → Chị Thúy mua hai cái áo đẹp. (3)
   → Chị Thúy mua những cái áo đẹp. (4)
4. Hoa này rất đẹp. (1)
   → Bông hoa này rất đẹp. (2)
   → Hai bông hoa này rất đẹp. (3)
   → Những bông hoa này rất đẹp. (4)
5. Xe lửa đang chạy trên đường sắt. (1)
   → Một chiếc xe lửa đang chạy trên đường sắt. (2)
   → Ba chiếc xe lửa đang chạy trên đường sắt. (3)
   → Những chiếc xe lửa đang chạy trên đường sắt. (4)

D

1. Các bạn tôi đã đi chơi rồi.
2. Các thầy giáo đã đến.
3. Hôm nay các lớp không học.

4. Sáng mai các bảo tàng sẽ mở cửa.
5. Bây giờ các sinh viên đang xem phim ở câu lạc bộ.

E

E-1:

1. Đây là các bạn của tôi.
2. Thủ đô của chúng tôi rất đẹp.
3. Cô giáo của chúng ta đã đến.
4. Chị ấy đang đọc thư của gia đình.
5. Thư viện của Trường Đại học Ngoại ngữ Hàn Quốc có nhiều sách quý.

E-2:

6. Đây là các bạn thân của tôi.
7. Thủ đô yêu quý của chúng tôi rất đẹp.
8. Chúng tôi đã xem bộ phim này của Việt Nam rồi.
9. Quan hệ đồng nghiệp của chúng tôi rất tốt đẹp.
10. Chúng tôi rất thích vẻ đẹp của biển.

Từ vựng 1

áo dài	아오 자이(베트남 전통 의복)	bưu phẩm	(郵品) 우편물
đưa	1.주다 2. 제시하다 3. 보내다	quý	(貴) 귀한
quê	고향	thân	(身·親) 1. 몸 2. 친한
đường sắt	철로	gửi	보내다
đi chơi	놀러가다	tin	1. 소식 2. 믿다
bưu thiếp	(郵帖) 우편엽서	vô cùng	(無窮) 무궁한, 끝없는
yêu quý	존중하다, 경외하다	vay	(돈을) 빌리다
lấy	가져가다(=mang)	vườn bách thú	(百獸) 동물원
mở (cửa)	(문을) 열다	vườn	밭, 정원
mượn	(물건을) 빌리다	vẻ đẹp	아름다운
biển	바다	voi	코끼리

Ngữ pháp

A 사물과 그에 대한 양의 표현(본문 C와 D 참조)

1) 수량이 확정되지 않았고 단지 사물의 이름만을 가리키는 기능을 한다.
2) 수량이 확정됐지만 적은 양을 나타낸다.
3) 수량이 확정됐지만 한정된 많은 양을 나타낸다.
4) 수량이 확정됐지만 한정되지 않은 많은 양을 나타낸다.

B "**Những**"은 한정되지 않은 많은 양을, "**các**"은 한정된 많은 양을 나타낸다. 따라서 아래 예문의 (1)은 베트남어과 3학년 학생 중 많은 학생이 베트남어를 잘 한다는 것이고, (2)는 3학년 학생 전체가 베트남어를 잘 한다는 의미이다.

Ví dụ
– Những sinh viên năm thứ ba Khoa Tiếng Việt nói tiếng Việt giỏi. (1)
– Các sinh viên năm thứ ba Khoa Tiếng Việt nói tiếng Việt giỏi. (2)

C E-1처럼 "명사+**của**"의 형태에서는 **của** 를 생략할 수 있으나, E-2의 6-8처럼 "명사+형용사+ **của**", "명사+지시대명사+**của**" 혹은 9-10처럼 "명사화된 형용사나 동사+**của**"의 형태에서는 "**của**"를 생략할 수 없다.

Bài đọc cơ bản

1. Sáng Chủ nhật, trời mát. Tôi dậy muộn. Tối qua tôi thức khuya: tôi viết thư cho gia đình. Đã lâu, tôi chưa viết thư cho bố mẹ tôi. Và tôi cũng không nhận được thư của gia đình. Tôi rất mong thư của bố mẹ, của em gái và của các bạn tôi. Có lẽ, mọi người đều bận.

Hai tháng, tôi mới nhận được một bức thư của bố mẹ tôi. Bố mẹ tôi có khỏe không? Các bạn tôi sao không viết thư cho tôi? Em gái tôi sao không viết thư cho tôi?

Tôi có một em gái, tên nó là Hoa. Nó đang học ở trường Đại học Sư phạm. Tôi rất yêu nó. Nó cũng rất quý tôi. Có lẽ, hiện nay nó đang bận học. Năm học sắp hết. Em của tôi đang phải thi cuối năm. Nó sắp học xong năm thứ hai. Trước đây, hàng tuần, Hoa đều viết thư cho tôi. Trong thư, nó kể rất nhiều chuyện: chuyện gia đình, chuyện học tập, chuyện ở quê tôi, chuyện các bạn tôi và các bạn của nó.

2. Có tiếng gõ cửa. Tôi mở cửa. Một người lạ. Tôi chưa gặp người này.

– Chào chị!

– Chào anh!

– Chị có phải là chị Thanh Loan không?

– Vâng, tôi đây.

– Chị có thư của gia đình.

– A! Cám ơn anh! Rất cám ơn! Tôi đang mong thư của gia đình.

– Tôi từ chỗ cô Hoa về.

– Anh quen em gái tôi?

– Vâng. Tôi là bạn của Hoa. Chúng tôi cùng học một lớp.

– Xin lỗi! Mời anh vào chơi.

– Tôi đang bận. Xin phép chị, để một dịp khác.

– Tiếc quá! Tên anh là gì nhỉ?

– Tên tôi là Ngọc. Xin tạm biệt chị! Chúc chị khoẻ.

– Cám ơn anh! Chúc anh may mắn.

Tôi đã nhận được thư của Hoa rồi. Tôi bóc thư của em gái tôi ra xem. Thư dài. Tôi chăm chú đọc. Tôi phải gửi ngay thư trả lời cho Hoa.

[해설]

1. "**Thư**"에 쓰이는 類詞 "**bức**"은 형상을 나타내는 의미에서 보통 "**lá**"를 쓰기도 한다.
2. 구어체에서 친절함이나 공손한 태도를 나타내기 위하여 문장 첫머리에 "**xin**"을 쓴다.

Ví dụ

– Tạm biệt chị! → Xin tạm biệt chị!

– Chị làm ơn cho tôi hỏi. → Xin chị làm ơn cho tôi hỏi.

Từ vựng 2

đã lâu	오래된	may mắn	행운
bóc ~ ra	개봉하다, 뜯어보다	mong	기대하다
bận	바쁜	chuyện	이야기
có lẽ	아마	ngay	바로, 곧장
chắc	틀림없이	phải	… 해야한다
chúc	(祝) 축복하다, 바라다, 기원하다	khác	다른
lạ	낯선, 이상한	sao	1.별 2.어떻게
dịp	기회	xong	끝마치다
kể	1. 언급하다 2. 계산하다	thi	(試) 시험을 보다
gõ	두드리다	thức	(識·式) 1. 깨어있는 2. 음식
mát	시원한	tiếc	유감스럼, 아쉬운
xin phép	허락해주십시요	trước đây	이전에

Bài tập

1. 문법에 맞게 빈칸에 "cho"와 "của"를 넣으시오.

1) Các bạn tôi mới gửi ______ tôi một quyển từ điển tiếng Việt mới.

2) Chị Bích Lan đã viết ______ anh ấy hai lá thư.

3) Chúng tôi mới nhận được ______ chị ấy một bó hoa hồng.

4) Người ta đã mang báo mới ______ chúng tôi.

5) Tôi mới mượn ______ thư viện hai cuốn sách mới.

6) Anh Bảo vừa đưa ______ tôi một bao thuốc lá.

7) Tôi đã vay ______ anh Bình mười đồng.

8) Tôi đã viết nhiều thư ______ cô ấy.

9) Anh ấy đã mang đến ______ tôi những tin vui.

10) Việt Nam đã tiếp nhận ______ Hàn Quốc một công nghệ mới.

2. 동사의 반대말을 활용하여 보기와 같이 뜻은 변하지 않게 문장을 고치시오.

Ví dụ – Tôi đưa cho anh ấy một bao thuốc lá. →
Anh ấy nhận của tôi một bao thuốc lá.

1) Cô ấy đã nhận của tôi hai bức thư.

______

2) Chị gái tôi mới mua của tiệm này một cái áo khoác.

3) Tôi đã gửi cho em tôi nhiều sách.

4) Nhà trường đã trao cho sinh viên nhiều học bổng.

5) Biển đã cung cấp nhiều cá cho con người.

3. 문법에 맞도록 빈칸에 "những" 과 "các"를 넣으시오.

1) Hôm nay, _____ rạp chiếu phim chiếu phim mới.

2) _____ bạn tôi đều đã đi xem bóng đá.

3) Tôi đã làm xong _____ bài tập mới.

4) Cô ấy đã đọc _____ cuốn tiểu thuyết này rồi.

5) Việt Nam có _____ con sông dài và _____ dãy núi cao.

6) Tôi không thích _____ cái áo này.

7) Chúng tôi sẽ nhớ mãi _____ ngày sống ở Việt Nam.

8) _____ nghệ sĩ biểu diễn rất hay.

9) Ngày mai, _____ bạn tôi sẽ đến Hà Nội.

10) _____ chiếc ô tô mới đang chạy trên đường phố.

11) Thưa _____ bạn thân mến!

4. 빈칸에 "của"를 넣으시오. "của"를 반드시 사용해야 할 경우는 O표를, 생략해도 되는 경우는 X표를 하시오.

1) Các bạn ______ tôi đang chơi bóng bàn trong câu lạc bộ.

2) Những cái áo mới ______ tôi đều rất đẹp.

3) Chị ấy mới nhận được thư ______ gia đình.

4) Thành phố ______ chúng tôi nằm trên bờ sông Hồng.

5) Bài học ______ chúng tôi đã hết.

6) Kết quả học tập ______ anh ấy rất tốt.

7) Chị gái ______ tôi đã đến đây rồi.

8) Bài dịch ______ tôi rất khó.

9) Cái bút ______ tôi ở đâu rồi?

10) Hà Nội là thủ đô ______ Việt Nam.

문제풀이

1. Tìm từ thích hợp, hoàn thiện câu:

– Ở lớp này có 5 em tên là Hoa.

– ______ **em Hoa nào quê ở Hà Nội?**

① Các ② Những
③ Toàn bộ ④ Toàn thể

2. Chọn từ thích hợp điền vào chỗ trống:

– **Thủ đô yêu quý ______ chúng tôi rất đẹp.**

① thuộc ② mà
③ các ④ của

3. Chọn câu hỏi thích hợp với câu trả lời dưới đây:

– ______

– **Trên bàn giáo viên có sách, vở, bút và một cái máy ảnh.**

① Trên bàn giáo viên có gì? ② Trên bàn giáo viên có cái gì?
③ Trên bàn giáo viên có những gì? ④ Trên bàn giáo viên có đồ vật gì?

4. Tìm câu hỏi thích hợp cho từ ngữ gạch dưới:

– **Mẹ chị Hoa đã mua <u>cho chị ấy</u> một chiếc áo dài đẹp.**

① Mẹ chị Hoa đã mua gì cho chị ấy?
② Mẹ chị Hoa đã mua một chiếc áo dài như thế nào cho chị ấy?
③ Mẹ chị Hoa đã mua cho chị ấy cái gì?
④ Mẹ chị Hoa đã mua cho ai một chiếc áo dài đẹp?

5. Tìm câu hỏi thích hợp cho phần gạch chân trong câu:

– Tuần trước anh Bắc đã vay của chị Lan một triệu đồng.

① Tuần trước anh Bắc đã vay của chị Lan cái gì?

② Tuần trước anh Bắc đã vay của chị Lan bao nhiêu tiền?

③ Tuần trước anh Bắc đã vay gì của chị Lan?

④ Tuần trước anh Bắc đã vay tiền của ai?

6. Tìm từ chưa chính xác trong câu dưới đây:

– Bây giờ(①) những(②) sinh viên(③) đang(④) xem phim ở câu lạc bộ.

7. Tìm câu gần nghĩa với câu dưới đây:

– Tôi mới mượn của thư viện một quyển tiểu thuyết.

① Tôi mới mượn một quyển tiểu thuyết của thư viện.

② Tôi mới mượn một quyển tiểu thuyết cho thư viện.

③ Tôi mới mượn cho thư viện một quyển tiểu thuyết .

④ Tôi mới mượn một quyển tiểu thuyết từ thư viện.

8. Tìm từ trái nghĩa với từ gạch chân trong câu:

– Có tiếng gõ cửa. Tôi mở cửa. Một người lạ. Tôi chưa gặp người này.

① người quen ② người không quen

③ người chưa gặp bao giờ ④ người hàng xóm

9. Sắp xếp các từ, cụm từ sau thành câu đúng nhất:

– ông ấy / hôm qua / đã / cho / mang / chúng tôi / tờ báo / mới /những.

① Ông ấy, hôm qua đã mang những tờ báo mới cho chúng tôi.

② Ông ấy đã mang những tờ báo mới hôm qua cho chúng tôi.

③ Hôm qua, ông ấy đã mang những tờ báo mới cho chúng tôi

④ Hôm qua, ông ấy đã mang cho chúng tôi những tờ báo mới.

10. Đọc lại đoạn hội thoại trong bài đọc:

– Chị có thư của gia đình.

– A! Cám ơn anh! Rất cám ơn! Tôi đang mong thư của gia đình.

– Tôi từ chỗ cô Hoa về.

– Anh quen em gái tôi?

– Vâng. Tôi là bạn của Hoa. Chúng tôi cùng học một lớp.

Tìm và chọn cách giải thích đúng nhất cho phần gạch dưới:

– Những người bạn học cùng một lớp, tiếng Việt gọi là ______

① bạn thân ② bạn đi học

③ bạn học ④ bạn đời

Bài 08

Một năm có bao nhiêu tháng?

일년은 몇 개월입니까?

Câu mẫu

1 "**ngày, tháng, năm**" 등의 시간표현법
2 부사 "**vẫn, còn**" 활용법

A

1. Một năm có bao nhiêu tháng?
   – Một năm có mười hai tháng.
2. Một năm có mấy mùa?
   – Một năm có bốn mùa: mùa xuân, mùa hè, mùa thu, mùa đông.
3. Một tháng có bao nhiêu ngày?
   – Một tháng có khoảng ba mươi ngày.
4. Một ngày có hai mươi bốn giờ.
5. Một giờ có sáu mươi phút.
6. Một phút có sáu mươi giây.

B

1. Ngày mồng một tháng Một là ngày Tết dương lịch.
2. Ngày mồng tám tháng Ba là ngày Phụ nữ quốc tế.
3. Ngày mồng một tháng Năm là ngày lễ của những người lao động trên thế giới (ngày Quốc tế lao động).
4. Ngày mười chín tháng Tám là ngày kỉ niệm Cách mạng Tháng Tám thành công.

5. Nhân dân Việt Nam kỷ niệm ngày Quốc khánh của mình vào ngày mồng hai tháng Chín.

C

1. Một tuần (lễ) có mấy ngày?
   – Một tuần có bảy ngày.
2. Hôm nay (là) thứ mấy?
   – Hôm nay (là) thứ Bảy.
3. Thứ Năm hàng tuần các anh có lên lớp không?
   – Không, thứ Năm hàng tuần chúng tôi không lên lớp. Chúng tôi nghỉ.
4. Chủ nhật các anh chị làm gì?
   – Chủ nhật chúng tôi đi tham quan Bảo tàng Lịch sử.

D

1. Bây giờ là mấy giờ rồi?
   – 9 giờ 35 (phút).
2. Mấy giờ chị ấy (sẽ) đến?
   – 3 (giờ) rưỡi chiều hôm nay.
3. Anh đến đây lúc mấy giờ?
   – Tôi đến (đây) lúc 8 giờ kém mười (phút).
4. Chiều nay, các anh có lên lớp không?
   – Không, chiều (hôm) nay chúng tôi không lên lớp.
5. Tối nay anh có đi chơi với chúng tôi không?
   – Rất tiếc, tối nay tôi đã hẹn với bạn tôi rồi.

E

1. Anh ấy làm việc.

2. Chị Quỳnh học bài.

3. Ông Nam ăn cơm. ⇒ 1~3은 시제가 명확하지 않음

4. Anh ấy sẽ làm việc. ⇒ 미래형

5. Chị Quỳnh đang học bài.

6. Ông Nam đang ăn cơm. ⇒ 5~6은 现재형

7. Anh ấy vẫn sẽ làm việc. ⇒ 미래형

8. Chị Quỳnh vẫn đang học bài.

9. Ông Nam vẫn đang ăn cơm. ⇒ 8~9는 현재형

F

1. Anh Đức học bài.

2. Chị Liên mua cam.

3. Hội nghị tiếp tục. ⇒ 1~3은 시제가 명확하지 않음

4. Anh Đức đang học bài.

5. Chị Liên đang mua cam. ⇒ 4~5는 현재형

6. Hội nghị sẽ tiếp tục. ⇒ 미래형

7. Anh Đức đang còn học bài.

8. Chị Liên đang còn mua cam.

9. Hội nghị sẽ còn tiếp tục. ⇒ 7~9는 주어의 활동이 현재와 미래 속에서 계속 일어나고 있는 상황

F

G-1:

1) Anh ấy đang đọc sách.
2) Chị ấy đang viết thư.
3) Anh tôi đang xem tranh.
4) Chị tôi đang nghe nhạc.
5) Em tôi đang học bài.

G-2:

1) Anh ấy vẫn đang đọc sách.
2) Chị ấy vẫn đang viết thư.
3) Anh tôi vẫn đang xem tranh.
4) Chị tôi vẫn đang nghe nhạc.
5) Em tôi vẫn đang học bài.

G-3:

1) Anh ấy đang còn đọc sách.
2) Chị ấy đang còn viết thư.
3) Anh tôi đang còn xem tranh.
4) Chị tôi đang còn nghe nhạc.
5) Em tôi đang còn học bài.

G-4

1) Anh ấy vẫn đang còn đọc sách.
2) Chị ấy vẫn đang còn viết thư.
3) Anh tôi vẫn đang còn xem tranh.
4) Chị tôi vẫn đang còn nghe nhạc.
5) Em tôi vẫn đang còn học bài.

G-5:

1) Anh ấy vẫn còn đang đọc sách.
2) Chị ấy vẫn còn đang viết thư.
3) Anh tôi vẫn còn đang xem tranh.
4) Chị tôi vẫn còn đang nghe nhạc.
5) Em tôi vẫn còn đang học bài.

G-6:

1) Anh ấy đọc sách.
2) Chị ấy vẫn viết thư.
3) Anh tôi còn xem tranh.
4) Chị tôi vẫn còn nghe nhạc.
5) Em tôi vẫn còn học bài.

Từ vựng 1

cách mạng	(革命) 혁명	ngày kỉ niệm	(紀念) 기념일
còn	그런데, 여전히, 남다	ngày Quốc khánh	(國慶) 국경일
dương lịch	(陽曆) 양력	rưỡi	반(1/2)
giây	초(秒)	tiếc	안됐다, 유감이다
giờ	시간	tối nay	오늘밤
hàng tuần	매주	thành công	(成功) 성공
kém	부족한	tham quan	(参觀·貪官) 1.참관하다 2. 탐관오리
học bài	과를 공부하다, 교훈	thế giới	(世界) 세계
hội nghị	(會議) 회의	tiếp tục	(接續) 계속하다
hoặc	혹은	tết	1.명절 2.절기
hẹn	약속하다	tranh	그림
kỉ niệm	(紀念) 기념	vẫn	여전히
lên lớp	교실에 들어가다, 수업이 있다	lịch sử	(歷史) 역사
mùa xuân	(春) 봄	mùa thu	(秋) 가을
mùa đông	(冬) 겨울		

Ngữ pháp

A 연중의 월을 물을 때는 "**tháng + mấy?**" 형식을 쓰면 된다.

Ví dụ – Tháng này là tháng mấy? – Tháng này là tháng Tư.

a) 1월부터 12월까지는 다음과 같이 표현한다.

tháng Giêng (tháng Một)	tháng Bảy
tháng Hai	tháng Tám
tháng Ba	tháng Chín
tháng Tư	tháng Mười
tháng Năm	tháng Mười một
tháng Sáu	tháng Mười hai (Chạp)

b) 월중에 날짜를 물을 때는 "**bao nhiêu?**"를 쓴다.

Ví dụ – Hôm nay là ngày bao nhiêu?
– Hôm nay là (ngày) mồng một tháng Tư.

날짜를 말할 때 1일부터 10일까지는 "**mồng**"을 쓴다. 그러나 11일 이상은 "**mồng**"을 쓰지 않는다.

Ví dụ – Hôm nay là ngày bao nhiêu?
– Hôm nay là ngày mười một tháng Tư.

c) 월중의 날짜를 말하는 형식은 다음과 같다.

ngày mồng một	ngày mười một
ngày mồng hai	ngày mười lăm
ngày mồng ba	ngày mười sáu
...	...
ngày mồng năm	ngày hai mươi
ngày mồng mười	ngày ba mươi

d) 년, 월, 일을 읽고 쓰는 방법

01 / 01 / 1998 : Ngày mồng một tháng Giêng năm một nghìn chín trăm chín mươi tám.

20 / 03 / 1960 : Ngày hai mươi tháng Ba năm một nghìn chín trăm sáu mươi.

B 주중의 요일을 물을 때는 "**thứ + mấy?**" 형태를 쓰면 된다.

Ví dụ – Hôm nay là thứ mấy?
– Hôm nay là thứ Hai.

* 주중의 요일은 다음과 같다.

Chủ nhật
thứ Hai
thứ Ba
thứ Tư
thứ Năm
thứ Sáu
thứ Bảy

C 시간을 읽고 쓰는 방법

a) 수+시간+수+분+수+초

Ví dụ 10 giờ 16 phút 40 giây =10:16:40

b) 수+시간+"**kém**"+수(분)

Ví dụ mười hai giờ kém năm (phút)= 11:55

c) 1시부터 10시까지는 "**sáng**"이라 부르고, 시간 다음에 "**sáng**"을 붙인다.

Ví dụ 3 giờ sáng. 10 giờ sáng.

d) 11시부터 13시까지는 "**trưa**"라 부르고, 시간 다음에 "**trưa**"를 붙인다.

Ví dụ 11 giờ trưa. 1 giờ trưa.

e) 14시부터 18시까지는 "**chiều**"라 부르고, 시간 다음에 "**chiều**"를 붙인다.

Ví dụ 3 giờ chiều. 5 giờ rưỡi chiều.

*30분은 "**rưỡi**"라고 읽을 수 있다.

3:30=3 giờ rưỡi 혹은 3 giờ 30 phút

f) 18시부터 21시까지는 "**tối**"라 부르고, 시간 다음에 "**tối**"를 붙인다.

Ví dụ 7 giờ tối. 8 giờ kém 10 (phút) tối.

g) 22시부터 3시까지는 "**đêm**"이라고 부르고, 시간 다음에 "**đêm**"을 붙인다.

Ví dụ 12 giờ đêm.

일반적으로 "sáng, trưa, chiều, tối"앞에 "**buổi**"를 써서 "buổi sáng, buổi trưa, buổi chiều, buổi tối"라고 표현한다.
하루를 주야로 구분할 때는 "ngày, đêm" 앞에 "**ban**"을 써서 "ban ngày, ban đêm"으로 표현한다. ban ngày는 보통 6시에서 18시까지를 말하며, ban đêm은 18시부터 다음날 6시까지를 말한다.

D "**Vẫn**"은 부사로서 주어가 현재와 미래에 계속하여 행동한다는 뜻을 갖는다. 동사 앞에 쓰이며, "đang" 혹은 "sẽ"와 함께 쓰일 경우 이들 앞에 "**vẫn**"을 두면 된다.

Ví dụ
- Chị ấy vẫn hát.
- Chị ấy vẫn đang hát.
- Chị ấy vẫn sẽ hát.

E "**Còn**"은 부사로서 "**vẫn**"과 같은 의미를 갖는다. "**còn**"은 "sẽ" 다음이나 "đang" 앞 혹은 뒤에 올 수 있다.

Ví dụ

- Anh ấy ngủ.
- Anh ấy đang ngủ.
- Anh ấy đang còn ngủ.
- Anh ấy còn đang ngủ.
- Anh ấy sẽ còn ngủ.

F "**Vẫn**"과 "**còn**"은 결합(본문 G-5, G-6 참조) 혹은 분류해서 쓸 수 있다. "**vẫn**"과 "**còn**"이 "**đang**"과 함께 쓰일 경우에는 본문의 G-2, G-3, G-4, G-5 형태가 된다. 그리고 "sẽ"와 같이 쓰일 경우는 "**vẫn**"과 "**còn**"의 위치는 아래 문장의 (b), (c), (d) 형태와 같다.

Ví dụ

- Chị Ngọc sẽ đọc sách. (a)
- Chị Ngọc vẫn sẽ đọc sách. (b)
- Chị Ngọc sẽ còn đọc sách. (c)
- Chị Ngọc vẫn sẽ còn đọc sách (d)

Bài đọc cơ bản

1. Hôm nay là ngày mồng một tháng Giêng. Thế là tôi ở Việt Nam năm tháng rồi. Tôi đến Hà Nội đầu tháng Tám năm ngoái. Tôi đã được dự ngày lễ lớn của nhân dân Việt Nam: ngày Quốc khánh mồng hai tháng Chín.

2. Tôi và các bạn tôi đã tiễn năm cũ và đón chào những giờ phút đầu tiên của một năm mới. Tối hôm qua vui quá. Chúng tôi vui chơi từ chín giờ tối đến một giờ sáng. Chúng tôi dạo quanh Hồ Gươm. Chúng tôi hát. Các bạn Việt Nam của tôi hát nhiều và hát rất hay. Chúng tôi uống rượu mừng năm mới. Một mùa đông đã qua. Ban đêm trời vẫn còn lạnh. Nhưng mùa xuân đã đến tận cửa phòng tôi.

Từ vựng 2

đón	맞다(맞아들이다)	một chút	1.조금 2.잠시
đầu năm	년초	một tí	조금
chào đón (đón chào)	맞다(맞아들이다)	mừng	축하하다
chờ	기다리다	muốn	원하다
chúc	(祝) 축하하다, 기원하다, 소망하다	năm mới	새해
dạo chơi	산책하다	quà	선물
dự	(矛) 참여하다	tiễn	(餞) 전송하다, 배웅하다
họ	1.그들 2.성(姓)	lạnh	차가운

[해설]

1. "**mình**": 일인칭으로 친구나 젊은이들 사이에 사용하는 칭호. 부부간에는 "당신"이란 뜻으로 사용한다. "**chúng mình**"은 "**mình**"의 복수형이다.
2. 자신 혹은 상대방을 칭한다.
3. "**một tí**", "**một chút**"은 많지 않은 사물의 양이나 시간을 나타낸다.
4. "**họ**": 3인칭 복수

Bài tập

1. 아래의 수를 베트남어로 읽으시오.

15 · 24 · 37 · 68 · 75 · 89 · 104 · 565 · 1971 · 41,507 · 206,859 · 2,734,860.

2. 다음 질문에 대답하시오.

1) Hôm nay là thứ mấy?

2) Hôm nay là ngày mấy?

3) Hôm nay là ngày bao nhiêu?

4) Tháng này là tháng mấy?

5) Anh sinh năm nào?

6) Chị đến Hàn Quốc ngày nào?

7) Thầy đến Busan bao giờ?

8) Bây giờ là mấy giờ?

– Bây giờ mấy giờ rồi?

– Mấy giờ rồi?

9) Bao giờ máy bay cất cánh?

10) Mấy giờ xe lửa chạy?

11) Một năm có mấy mùa?

3. 아래 단어의 동의어를 쓰시오.

hót

đầu tiên

nhỏ

lớn

4. 아래 단어의 반의어를 쓰시오.

nhỏ

tiễn

nhiều

đẹp

cũ

muộn

문제풀이

1. Chọn từ thích hợp điền vào chỗ trống:

   – **Hôm nay là ngày mấy?**

   – **Hôm nay là ngày ______ mười (10).**

   ① thứ ② mồng
   ③ tháng ④ số

2. Tìm từ Không thích hợp điền vào chỗ trống:

   – **Anh Park đã về nhà chưa?**

   – **Chưa. Anh ấy ______ đang ở trường.**

   ① còn ② vẫn
   ③ vẫn còn ④ tiếp tục

3. Tìm câu hỏi thích hợp cho câu trả lời dưới đây:

   – ______

   – **Hôm nay là thứ Sáu.**

   ① Hôm nay là ngày mấy? ② Hôm nay là ngày bao nhiêu?
   ③ Hôm nay là ngày nào? ④ Hôm nay là thứ mấy?

4. Tìm câu trả lời thích hợp cho câu hỏi dưới đây:

   – **Ngày mai là ngày bao nhiêu?**

   – ______

   ① Ngày mai là thứ Ba.
   ② Ngày mai là thứ Ba, mười bốn (14) tháng Tư (4).
   ③ Ngày mai là ngày mười bốn (14) tháng Tư (4).
   ④ Ngày mai là ngày cuối tuần.

5. Tìm từ trái nghĩa với từ gạch dưới:

– **Chiều qua, chúng tôi đã tiễn các bạn ở sân bay.**

① gặp ② tạm biệt

③ đón ④ chào mừng

6. Tìm từ không thích hợp trong câu dưới đây:

– **Anh Lee, cho tôi hỏi: "Tháng nay(①) là(②) tháng(③) bao nhiêu(④)?"**

7. Sắp xếp các từ, cụm từ sau thành câu đúng ngữ pháp:

– **sẽ / chị ấy / vẫn / tới thăm /còn / chúng tôi**

① Chị ấy còn sẽ vẫn tới thăm chúng tôi.

② Chị ấy sẽ vẫn còn tới thăm chúng tôi.

③ Chị ấy vẫn còn sẽ tới thăm chúng tôi.

④ Chị ấy sẽ vẫn tới còn thăm chúng tôi.

8. Tìm từ gần nghĩa với từ gạch chân trong câu:

– **Ngày mồng Một tháng Năm là ngày Quốc tế Lao động.**

① mùng ② thứ

③ số ④ nào

9. Đọc lại đoạn văn trong bài đọc:

"Tôi và các bạn tôi đã tiễn năm cũ và đón chào những giờ phút đầu tiên của một năm mới. Tối hôm qua vui quá. Chúng tôi vui chơi từ chín giờ tối đến một giờ sáng. Chúng tôi dạo quanh Hồ Gươm. Chúng tôi đốt pháo. Chúng tôi hát. Các bạn gái Việt Nam của tôi hát nhiều và hát rất hay. Chúng tôi uống rượu mừng năm mới".

Dựa vào nội dung đoạn văn, em hãy cho biết:

– **Những giờ phút đầu tiên giữa một năm cũ và một năm mới, tiếng Việt gọi là __________.**

① thời gian thay đổi　　② thời gian chuyển giao
③ giao thừa　　④ giờ phút năm mới

10. Chọn cách giải thích đúng nhất:

– **Người bạn sống chung một phòng với em, gọi là ______.**

① người chung phòng　　② bạn chung phòng
③ bạn sống cùng　　④ bạn cùng phòng

Bản ghi nhớ

Bài 09

Đây cũng là quyển sách

이것도 책입니다

Câu mẫu

1 "**cũng, đều**" 활용법
2 국가, 국적, 언어 표현법

A

A1:

1. Đây là quyển sách. ⇒ Đây cũng là quyển sách.
2. Đây là con gà. ⇒ Đây cũng là con gà.
3. Đây không phải là rượu. ⇒ Đây cũng không phải là rượu.

A2:

1. Cô ấy đi thư viện. ⇒ Tôi cũng đi thư viện.
2. Anh ấy không mua sách. ⇒ Tôi cũng không mua sách.
3. Chị ấy không làm bài tập. ⇒ Tôi cũng không làm bài tập.
4. Các chị ấy vẫn học tiếng Việt. ⇒ Chúng tôi cũng vẫn học tiếng Việt.
5. Các anh ấy đã ăn cơm rồi. ⇒ Chúng tôi cũng đã ăn cơm rồi.

A3:

1. Bức tranh của tôi đẹp. ⇒ Bức tranh của tôi cũng đẹp.
2. Cuốn tiểu thuyết này hay. ⇒ Cuốn tiểu thuyết này cũng hay.
3. Cái đồng hồ của tôi rất tốt. ⇒ Cái đồng hồ của tôi cũng rất tốt.

4. Hôm nay trời rất nóng. ⇒ Hôm qua trời cũng rất nóng.

5. Bài học này rất khó. ⇒ Bài học này cũng rất khó.

B

1. Các anh ấy là sinh viên.
   Tôi cũng là sinh viên. ⇒ Chúng tôi đều là sinh viên.
2. Anh Bải làm việc ở nhà máy.
   Tôi cũng làm việc ở nhà máy. ⇒ Chúng tôi đều làm việc ở nhà máy.
3. Chị Hương mua từ điển mới.
   Chị Thuỷ cũng mua từ điển mới. ⇒ Các chị ấy đều mua từ điển mới.
4. Bức tranh này đẹp.
   Bức tranh ấy cũng đẹp. ⇒ Cả hai bức tranh đều đẹp.
5. Hôm qua trời nóng.
   Hôm nay trời cũng nóng. ⇒ Hai hôm nay trời đều nóng.
6. Chị ấy không hút thuốc lá.
   Tôi cũng không hút thuốc lá. ⇒ Chúng tôi đều không hút thuốc lá.
7. Anh Bảo sẽ đi Huế.
   Anh Công cũng sẽ đi Huế. ⇒ Hai anh Bảo và Công đều sẽ đi Huế.
8. Các bài tập này rất khó.
   Các bài tập ấy cũng rất khó. ⇒ Tất cả bài tập đều rất khó.
9. Hôm qua, tất cả chúng tôi đều đã gặp giáo sư Bình Văn.
10. Ngày mai, tất cả chúng tôi đều không nghỉ.

C

1. Đây là nước nào?

   – Đây là Việt Nam. = Đây là nước Việt Nam.

2. Việt Nam ở đâu? = Nước Việt Nam ở đâu?

   – Việt Nam ở Đông Nam châu Á. = Nước Việt Nam ở Đông Nam châu Á.

3. Đoàn đại biểu chúng tôi đã đi thăm Việt Nam.

   = Đoàn đại biểu chúng tôi đã đi thăm nước Việt Nam.

4. Chị là người nước nào?

   – Tôi là người Việt Nam.

5. Anh có phải là người Việt Nam không?

   – Vâng, tôi là người Việt Nam. = Phải, tôi là người Việt Nam.

6. Bạn tôi là người Việt Nam.

7. Anh có biết tiếng Việt không?

   – Vâng, tôi biết tiếng Việt. = Có, tôi (có) biết tiếng Việt.

8. Các anh học gì ở Đại học Quốc gia Thành Phố Hồ Chí Minh?

   – Chúng tôi học tiếng Việt ở Đại học Quốc gia Thành Phố Hồ Chí Minh.

9. Tiếng Việt có khó không?

   – Không, tiếng Việt không khó.

Từ vựng 1

đông	(東) 동쪽	nam	(南・男) 1.남쪽 2.남자
đoàn đại biểu	(團代表) 대표단	châu Á	(州亞) 아시아

Ngữ pháp

A “**Cũng**”은 문장에서 술부를 만드는 동사나 형용사 앞에 쓰이는 부사이다. “**Cũng**”은 비교하고자 하는 사물, 행동, 특징 간의 동일한 의미를 나타낸다. 동사나 형용사가 부정, 시간, 정도 등을 나타내는 부사와 함께 쓰일 경우 “**cũng**”은 그 부사 앞에 온다.

Ví dụ – Cô gái ấy cũng rất đẹp.

B “**Đều**”는 문장에서 술부를 만드는 동사나 형용사 앞에 쓰이는 부사이다. “**Đều**”는 사물, 행동, 특징들의 동일한 의미를 나타낸다. “**Đều**”는 시간, 부정, 정도를 나타내는 부사 앞에 오며, 부사 “cũng” 뒤에 온다. 술부에 “**đều**”가 있는 경우, 주어는 항상 다수의 의미를 갖는다.

Ví dụ – Ngày mai, tất cả chúng tôi đều không nghỉ.

C 국가, 국적, 언어를 표시하는 방법

a) 국가를 표시하는 방법: 국호만 혹은 국호앞에 나라를 뜻하는 “**nước**”을 쓴다
- Việt Nam / nước Việt Nam
- Lào / nước Lào
- Hàn Quốc / nước Hàn Quốc

b) 국적을 표시하는 방법: 국호앞에 사람을 뜻하는 “**người**”를 쓴다.
- Người Việt Nam
- Người Lào
- Người Hàn Quốc

c) 언어를 표시하는 방법: 국호앞에 언어를 뜻하는 “**tiếng**”을 쓴다.
- Tiếng Việt
- Tiếng Pháp
- Tiếng Hàn

Bài đọc cơ bản

Tôi xin tự giới thiệu. Tôi tên là Lê Trung Thành. Tôi là sinh viên Việt Nam. Năm nay tôi hai mươi ba tuổi. Gia đình tôi sống ở Sài Gòn. Gia đình tôi có năm người. Cha tôi là kĩ sư. Cha tôi làm việc ở nhà máy điện. Cha tôi còn khoẻ và làm việc rất tích cực. Mẹ tôi là giáo viên. Mẹ tôi dạy học ở trường trung học. Mẹ tôi chưa già. Mẹ tôi là người rất vui tính và rất yêu các con. Mẹ tôi rất hiền. Mẹ tôi cũng làm việc nhiều. Hàng ngày mẹ tôi đến trường. Các học sinh rất yêu mẹ tôi. Tôi có một anh trai. Anh ấy cũng là kĩ sư. Anh ấy cũng làm việc ở nhà máy điện. Cha tôi và anh tôi đều làm việc ở nhà máy điện. Anh tôi đã có vợ. Anh ấy đã có hai con rồi. Các con anh ấy đều ngoan. Tôi còn có một em gái. Em gái tôi cũng là sinh viên. Em ấy đang học ngành Ngữ văn. Em gái tôi rất thích âm nhạc. Tôi cũng thích âm nhạc. Chúng tôi đều rất thích âm nhạc. Em gái tôi có nhiều bạn. Các bạn đều yêu mến em gái tôi.

Tôi đến Hàn Quốc năm ngoái. Tôi học ở Khoa Hàn Quốc học. Tôi đang học tiếng

Hàn. Tôi có nhiều bạn Hàn Quốc. Các bạn tôi đều rất vui tính. Cô giáo của tôi cũng rất vui tính. Cô dạy chúng tôi học tiếng Hàn. Tôi nói được tiếng Hàn, nhưng chưa nhanh. Tôi phát âm chưa tốt. Tôi sẽ cố gắng để nói giỏi tiếng Hàn.

Từ vựng 2

đồng ý	(同意) 동의하다	năm ngoái	작년
điện	(電) 전기	nhà máy	작년
cố gắng	노력하다	nhanh	빠른
chân thành	(眞誠) 진실로	sung sướng	기분좋은
tự	(自) 스스로	giới thiệu	(介紹) 소개하다
khác	다른	ngành	전공, 분야
ngữ văn	(語文) 어문	vợ	아내
ngoan	귀여운		

Bài tập

1. 문법과 의미에 적합하도록 빈칸을 "cũng", "đều"로 채우시오.

1) Tôi là sinh viên. Anh Bảo ______ là sinh viên. Chúng tôi ______ là sinh viên.

2) Anh Bình là người Việt Nam. Anh Ngọc ______ là người Việt Nam. Các anh ấy ______ là người Việt Nam.

3) Anh ấy đang đói. Tôi ______ đang đói. Chúng tôi ______ đang đói.

4) Chị Loan sẽ đi Hải Phòng. Chị Bích ______ sẽ đi Hải Phòng. Các chị ấy ______ sẽ đi Hải Phòng.

5) Anh Lợi sẽ viết thư cho cô ấy. Tôi ______ sẽ viết thư cho cô ấy. Chúng tôi ______ sẽ viết thư cho cô ấy.

2. 문법과 의미에 맞도록 주어진 "đã", "sẽ", "cũng", "đều"를 빈칸에 채우시오.

1) Ngày mai tôi ______ đi Đồ Sơn. Ngày mai cô Tuyết ______ sẽ đi Đồ Sơn.

2) Cô Loan rất đẹp. Cô Mai ______ rất đẹp. Các cô ấy ______ rất đẹp.

3) Anh Bảo không biết tiếng Anh. Tôi ______ không biết tiếng Anh. Chúng tôi ______ không biết tiếng Anh.

4) Hôm qua tôi ______ gặp anh ấy ở thư viện. Hôm nay tôi ______ gặp anh ấy ở thư viện. Hai hôm nay tôi ______ gặp anh ấy ở thư viện.

5) Bài học hôm qua khó. Bài học hôm nay ______ khó. Cả hai bài học ______ khó.

3. 아래 단어의 반의어를 쓰시오.

khỏe ______ vui ______ đẹp ______

già ______ nhiều ______ nhanh ______

4. 괄호 안의 주어진 단어대로 질문에 대답하시오.

1) (Người Việt Nam) – Anh là người nước nào?

2) (Người Lào) – Chị là người nước nào?

3) (Người Pháp) – Em là người nước nào?

4) (Người Trung Quốc) – Ông là người nước nào?

5) (Người Hàn Quốc) – Anh có phải là người Hàn Quốc không?

6) (Người Anh) – Chị là người Nhật phải không?

7) (Người Campuchia) – Ông có phải là người Campuchia không?

문제풀이

1. Chọn từ thích hợp điền vào chỗ trống:

   – **Họ là sinh viên năm thứ nhất.**

   – **Chúng tôi ______ là sinh viên năm thứ nhất.**

   ① đều　　② cũng

   ③ vẫn　　④ còn

2. Chọn cụm từ thích hợp điền vào chỗ trống:

   – **Bạn tôi biết tiếng Việt. Tôi cũng biết tiếng Việt. Chúng tôi ______ tiếng Việt.**

   ① đều không biết　　② đều biết

   ③ đều cũng biết　　④ đều cũng không biết

3. Tìm câu trả lời thích hợp với câu hỏi dưới đây:

   – **Các chị ấy từ đâu đến?**

   – ______

   ① Các chị ấy đến từ Hàn Quốc.　　② Các chị ấy từ Hàn Quốc đến đây.

   ③ Các chị ấy từ đến Hàn Quốc.　　④ Các chị ấy đến đây từ Hàn Quốc.

4. Chọn câu hỏi thích hợp với câu trả lời dưới đây:

   – ______

   – **Chị ấy thích hoa hồng trắng.**

   ① Chị ấy thích hoa gì?

   ② Chị ấy thích hoa nào?

   ③ Chị ấy thích hoa hồng nào?

   ④ Chị ấy thích hoa hồng trắng phải không?

5. Chọn câu gần nghĩa với câu dưới đây:

– Các anh ấy biết những ngoại ngữ nào?

① Các anh ấy biết tiếng gì?

② Các anh ấy biết những tiếng gì?

③ Các anh ấy biết những tiếng nước ngoài nào?

④ Các anh ấy biết ngoại ngữ không?

6. Tìm từ thừa trong câu dưới đây:

– Họ là người nước nào?

– Họ là người nước Hàn Quốc.

(① là ② người ③ nước ④ Hàn Quốc)

7. Chọn từ gần nghĩa với từ gạch dưới:

– Anh tôi và cha tôi đều làm việc ở nhà máy đường. (gạch dưới: cha)

① thầy giáo ② dượng

③ bố ④ bác

8. Sắp xếp các từ, cụm từ sau thành câu đúng ngữ pháp:

chào / tất cả / các bạn / tôi / xin / tự / giới thiệu / tôi / là / sinh viên

① Chào các bạn tất cả, tôi xin tự giới thiệu, tôi là sinh viên.

② Chào tất cả các bạn, tôi tự giới thiệu xin tôi là sinh viên.

③ Chào tất cả các bạn, tôi xin giới thiệu tự tôi là sinh viên.

④ Chào tất cả các bạn, tôi xin tự giới thiệu, tôi là sinh viên.

9. Chọn cách giải thích đúng nhất:

– Khoảng thời gian 2 tuần được gọi là ______

① một tháng ② nửa tháng

③ hai phần ba tháng ④ nửa đêm

10. Đọc lại đoạn văn trong bài đọc:

"Tôi có một anh trai. Anh ấy cũng là công nhân. Anh ấy cũng làm việc ở nhà máy đường. Anh tôi và cha tôi đều làm việc ở nhà máy đường. Anh tôi đã có vợ. Anh ấy đã có hai con rồi".

Dựa vào nội dung đoạn văn, chọn câu trả lời đúng nhất cho câu hỏi:

– Bố của sinh viên làm nghề gì?

① Bố của anh ấy là giáo viên.

② Bố của anh ấy làm nghề công nhân.

③ Bố của anh ấy là giáo viên.

④ Bố của anh ấy là công nhân.

Bản ghi nhớ

Bài 10

Tên anh là gì?

이름이 무엇입니까?

Câu mẫu

1 이름과 나이 묻기
2 고유명사 표기

A Tên X là gì? → Tên X là Y.

1. Tên em là gì? – Tên em là Tuấn.
2. Tên chị là gì? – Tên tôi là Phương Mai.
3. Tên anh là gì? – Tên tôi là Kỳ Nam.
4. Tên bà là gì? – Tên tôi là Ngọc Lan.
5. Tên cô là gì? – Tên tôi là Lệ Dung.
6. Tên ông là gì? – Tên tôi là Quang Khải.
7. Tên anh ấy là gì? – Tên anh ấy là Huy Khôi.

B X tên là gì? → X tên là Y.

1. Chú tên là gì? – Tên tôi là Tuấn.
2. Chị tên là gì? – Tên tôi là Phương Mai.
3. Anh tên là gì? – Tên tôi là Kỳ Nam.
4. Bà tên là gì? – Tôi tên là Ngọc Lan.
5. Ông tên là gì? – Tôi tên là Quang Khải.

6. Cô tên là gì? – Tôi tên là Lệ Dung.
7. Anh ấy tên là gì? – Anh ấy tên là Huy Khôi.

C

1. (Năm nay) thầy bao nhiêu tuổi? – (Năm nay) tôi ba mươi tuổi.
2. (Năm nay) anh bao nhiêu tuổi? – (Năm nay) tôi hai mươi lăm tuổi.
3. (Năm nay) chị bao nhiêu tuổi? – (Năm nay) tôi hai mươi hai tuổi.
4. (Năm nay) em lên mấy tuổi? – (Năm nay) em mười tuổi.
5. (Năm nay) cháu lên mấy tuổi? – (Năm nay) cháu lên sáu tuổi.

Từ vựng 1

tên	이름	mấy	의문대명사(10 미만의 수에 사용)
cô	아주머니, 여자선생님	bao nhiêu	의문대명사(10 이상의 수에 사용)
chú	아저씨	lên	올라가다
tuổi	나이		

Ngữ pháp

A 이름을 묻고 대답하는 형태는 두 가지가 있다. 첫째는 "호칭 + tên là gì?"이다. 대답은 "호칭 + tên là + 이름"이다. 둘째는 "Tên + 호칭 + là gì?"이다. 대답은 "Tên + 호칭 + là + 이름"이다. 그러나 첫째 혹은 둘째의 형태로 묻더라도 대답은 어느 형태로 대답해도 상관없다.

Ví dụ
- Anh tên là gì? → Tôi tên là Minh. 혹은 Tên tôi là Minh.
- Tên chị là gì? → Tên tôi là Ngân. 혹은 Tôi tên là Ngân.

B "**Mấy**"와 "**bao nhiêu**"는 수량을 물을 때 쓴다. 이중 "**mấy**"는 10 이하의 수량에, "**bao nhiêu**"는 10 이상의 수량에 쓴다. 나이를 물을 때 10살 이하의 나이에서는 "**lên**"을 쓴다. 구어체에서 금년이란 의미의 "**năm nay**"는 보통 생략한다.

Ví dụ
- (Năm nay) em bao nhiêu tuổi? → (Năm nay) em hai mươi bốn tuổi.
- (Năm nay) cháu lên mấy tuổi? → (Năm nay) cháu mười tuổi.
- Cái này bao nhiêu tiền? → Cài này năm mươi nghìn.
- Anh có mấy con? → Tôi có hai con.

C 고유명사 표기

A) 성명: 베트남인의 성명은 우리와 같이 "성 + 가운데 이름 + 마지막 이름" 혹은 가운데 이름이 없이 "성 + 마지막 이름"의 구조를 갖는다. 중국의 문화 영향을 받아 베트남의 인명은 대부분 한자 표기가 가능하다. 우리가 이름을 통해서 남녀의 성별을 구분할 수 있듯이 베트남도 성명을 통해서 남녀성별을 구분할 수 있다. 남자의 경우는 가운데 이름에 "Văn(文)", "Đức(德)"자 등을, 여자의 경우는 "Thị(氏)", "Nữ(女)"자 등을 쓴다. 그리고 마지막 이름에서 남자의 경우는 중량감이 있는 "Hùng(雄)", "Long(龍)"자 등을, 여자의 경우는 부드러운 감이 있는 "Mai(梅)", "Hoa(華)"자 등을 쓴다. 성명은 대문자로 표기한다.

Ví dụ Hồ Chí Minh(胡志明), Nguyễn Văn Phúc(阮文福), Nguyễn Thị Ngọc Nan(阮氏玉蘭), Lê Lợi(黎利), Ngô Quyền(吳權)

b) 지명, 국명: 지명과 국명도 대부분 한자 표기가 가능하다. 이 역시 대문자로 표기한다.

Ví dụ Hà Nội(河內), Sài Gòn(柴棍), Việt Nam(越南), Hàn Quốc(韓國), Đức(德), Pháp(法), Mỹ(美), Nhật Bản(日本), Trung Quốc(中國)

c) 기관명, 조직명: 기관명과 조직명도 대부분 한자 표기가 가능하다. 이 역시 대문자로 표기한다.

Ví dụ Đảng Công sản Việt Nam(越南共産黨), Bộ Giáo dục và Đào tạo Việt Nam(越南教育陶造: 베트남교육부), Đại học Quốc gia Hà Nội(河內國家大學: 하노이국가대학교), Tổng Liên đoàn Lao động Việt Nam(越南勞動總聯團: 베트남노동조합총연맹), Hội Liên hiệp Phụ nữ Việt Nam(越南婦女聯合會)

Bài đọc cơ bản

Làm quen

- Chào chị!
- Chào anh!
- Xin lỗi chị. Đây có phải là nhà anh Phúc không?
- Vâng, anh cần gì ạ?
- Không, tôi đến thăm anh Phúc thôi.
- Vâng, cảm ơn anh. Mời anh vào chơi.

Mời anh ngồi. Xin anh đợi một lát.

- Anh Phúc đi vắng ạ? Anh ấy đi đâu?
- Anh tôi đi có một chút việc. Anh tôi sắp về bây giờ.
- Xin lỗi, chị là em gái anh Phúc?
- Vâng.
- Xin lỗi, chị tên là gì?
- Tên tôi là Hương. Còn anh, anh tên là gì? Anh là người nước nào?
- Tôi là người Hàn Quốc. Tôi tên là Kim Ha Jin.
- Cám ơn anh. Năm nay anh bao nhiêu tuổi?
- Năm nay tôi hai mươi ba tuổi.
- Anh đến Việt Nam đã lâu chưa?
- Tôi mới đến Việt Nam. Hiện nay chị công tác gì?
- Tôi là sinh viên. Tôi học ở trường Đại học Sư phạm Hà Nội.
- Chị học khoa nào?
- Tôi học khoa ngữ văn. Anh thấy Hà Nội của chúng tôi thế nào? Anh có thích không?
- Thưa chị, Hà Nội rất đẹp. Tôi rất thích thành phố này.
- Xin lỗi, tôi muốn hỏi quê anh ở đâu?
- Quê tôi là thành phố Seoul.
- Anh cũng là người thủ đô. Tôi chưa đến thành phố Seoul nhưng nghe nói nhiều về thành phố này. Tôi có nhiều bạn đang học ở đấy. A! Anh tôi về rồi! Xin lỗi, anh chờ một tí nhé.

Từ vựng 2

làm quen	사귀다	một lát	잠시
cần	필요하다	một tí	잠시
thăm	방문하다	lâu	오래된
đi vắng	외출하다	công tác	(工作) 일하다(=làm việc, làm)
thấy	보다, 느끼다	chờ	기다리다(=đợi, chờ đợi)
quê	고향	nghe nói	말하는 것을 듣다
thủ đô	(首都) 수도	thành phố	(城鋪) 도시
Đại học Sư phạm	(大學師範) 사범대학	sắp	곧 …하다
khoa	(科) 과		

Bài tập

1. 주어진 문장을 보기와 같은 형태로 바뀌시오.

Ví dụ Tên anh là gì? → Anh tên là gì?

1) Tên em là gì?

2) Tên chị là gì?

3) Tên ông là gì?

4) Tên bà là gì?

5) Tên cô là gì?

6) Tên anh ấy là gì?

7) Tên chị ấy là gì?

2. 빈칸을 "bao nhiêu" 혹은 "mấy"로 채우시오.

1) Năm nay cháu ______ tuổi?

2) (Năm nay) bà ______ tuổi?

3) (Năm nay) em lên ______ tuổi?

4) (Năm nay) con anh lên ______ tuổi?

5) Năm nay chị ______ tuổi?

6) (Năm nay) anh ấy ______ tuổi?

7) Năm 2018 chị ba mươi sáu tuổi. Năm 1998 chị ______ tuổi?

8) Năm nay cô ______ tuổi?

9) Năm nay ông ______ tuổi ạ?

3. 자신의 가정을 베트남어로 소개하시오.

4. "Bài đọc cơ bản"를 참고하여 대화를 만들어보시오.

문제풀이

1. Chọn từ, cụm từ thích hợp, điền vào chỗ trống:

– **Xin lỗi, năm nay anh bao nhiêu tuổi ?**

– **Năm nay, tôi ______ (19).**

① là mười chín tuổi.
② tuổi mười chín.
③ thì mười chín tuổi.
④ mười chín tuổi.

2. Tìm cụm từ gần nghĩa với cụm từ gạch dưới:

– **Tên chị ấy là gì** ?

① Tên chị
② Chị tên
③ Chị ấy tên
④ Tên

3. Chọn câu trả lời thích hợp với câu hỏi dưới đây:

– **Tên con gái chị ấy là gì** ?

① Tên con chị ấy là Liên
② Tên con gái chị ấy là Liên
③ Tên con trai chị ấy là Liên
④ Tên con cái chị ấy là Liên

4. Chọn câu hỏi thích hợp với câu trả lời dưới đây:

– ______ ?

– **Dạ, năm nay cháu lên 6 tuổi ạ.**

① Năm nay, cháu bao nhiêu tuổi?
② Năm nay cháu lên mấy (tuổi) rồi?
③ Năm nay cháu mấy tuổi?
④ Năm nay cháu lên 6 tuổi phải không?

5. Tìm từ gần nghĩa với từ gạch chân trong câu:

– **A! Anh tôi về rồi! Xin lỗi, anh chờ một tí nhé!**

① một ít ② một chút

③ một tiếng ④ một giờ

6. Tìm từ thừa trong câu dưới đây:

– **Còn anh, tên anh là gì? Anh là người nước nào?**

– **Tên tôi là Pa-ven. Tôi là người nước Nga.**

① Tôi ② là ③ người ④ nước

7. Chọn câu gần nghĩa với câu dưới đây:

– **Xin lỗi anh, tôi muốn hỏi, quê anh ở đâu?**

① Xin anh lỗi, tôi muốn hỏi, quê anh ở đâu?

② Xin anh lỗi, tôi muốn hỏi, anh quê ở đâu?

③ Xin lỗi anh, tôi muốn hỏi anh quê ở đâu?

④ Xin lỗi anh, tôi muốn hỏi ở đâu anh quê ?

8. Chọn cách giải thích đúng nhất:

– **Anh trai của bố tiếng Việt gọi là gì?**

① gọi là chú ruột. ② gọi là cô ruột.

③ gọi là bác ruột. ④ gọi là em ruột.

9. Sắp xếp các từ, cụm từ sau thành câu đúng ngữ pháp:

– chưa/ tôi/ đến/ về/ nhưng/ Seoul/ đã/ nhiều/ nghe nói/ này /thành phố.

① Tôi đã đến Seoul nhưng chưa nghe nói về thành phố này nhiều.
② Tôi chưa đến Seoul nhưng nghe nói về thành phố này đã nhiều.
③ Tôi chưa đến Seoul nhưng nghe về thành phố này đã nói nhiều.
④ Tôi chưa đến Seoul nhưng đã nghe nói nhiều về thành phố này.

10. Đọc lại đoạn hội thoại trong bài đọc:

– "Xin lỗi, chị tên là gì?
– Tôi tên là Lê Thu Thảo.
– Còn anh, tên anh là gì? Anh là người nước nào?
– Tôi là người Nga. Tôi tên là Pa-ven.
– Anh thấy Hà Nội của chúng tôi thế nào? Anh có thích không?
– Thưa chị, Hà Nội rất đẹp. Tôi rất thích thành phố này.
– Xin lỗi, tôi muốn hỏi quê anh ở đâu?
– Quê tôi là thành phố Mát-xcơ-va.
– Anh cũng là người thủ đô. Tôi chưa đến Mát-xcơ-va nhưng nghe nói nhiều về thành phố này. Tôi có nhiều bạn đang học ở đấy. A! Anh tôi về rồi! Xin lỗi, anh chờ một tí nhé!".

Dựa vào nội dung đoạn hội thoại trả lời câu hỏi:

Các bạn của chị Lê Thu Thảo hiện nay đang học ở đâu ?

① Các bạn của chị Lê Thu Thảo hiện nay đang học ở Việt Nam.
② Các bạn của chị Lê Thu Thảo hiện nay đang học ở Đại học Quốc gia Hà Nội.
③ Các bạn của chị Lê Thu Thảo hiện nay đang học ở thủ đô Mát-xcơ-va.
④ Các bạn của chị Lê Thu Thảo hiện nay đang học ở thủ đô Hà Nội.

Bài 11

Tôi được điểm năm

나는 5점을 받았습니다

Câu mẫu

1 동사 "**được**, **bị**" 활용법
2 동사의 상태를 나타내는 요소

A

1. Hôm nay chúng tôi được một ngày rỗi rãi.
2. Chiều nay chúng tôi được một bữa ăn ngon.
3. Mỗi tháng chúng tôi được 500.000 đồng học bổng.
4. Em bé được một cái áo mới.
5. Tôi được điểm năm.

B

1. Bài kiểm tra của tôi bị điểm hai.
2. Bạn của chúng tôi bị tai nạn.
3. Bạn của các anh ấy bị bệnh.
4. Chiếc tàu thuỷ ấy bị bão.
5. Miền Tây Ấn Độ bị hạn hán.

C

1. Hôm nay sinh viên được nghỉ.
2. Mùa hè này chúng tôi sẽ được đi Sầm Sơn.
3. Tối nay chúng tôi được nghe nhạc giao hưởng.
4. Tối Chủ nhật tuần trước, chúng tôi đã được xem một vở kịch mới ở nhà hát thành phố.
5. Hôm qua tôi bị phê bình.
6. Anh ấy bị ốm nặng.
7. Em bé bị đánh.

D

1. Chúng tôi được cô Tâm dạy tiếng Việt.
2. Chị Trúc Quỳnh được các bạn tặng một bó hoa hồng đẹp.
3. Anh Cương được nhà trường trao học bổng.
4. Chúng tôi được công ty giao nhiệm vụ mới.
5. Anh ấy bị các bạn phê bình.
6. Thành phố bị bom tàn phá.

E

1. Chị Thuý Quỳnh học tập chăm chỉ.
2. Nông dân Việt Nam lao động cần cù.
3. Anh Lê Tuấn làm việc tích cực.
4. Các thầy giáo giảng dạy nhiệt tình.
5. Các thầy giáo giảng dạy tốt.
6. Sinh viên học giỏi.
7. Anh ấy đã ngủ say.
8. Chị Phương Bảo hát hay.
9. Em bé khóc to.

Từ vựng 1

học bổng	(學俸) 장학금	hạn hán	(旱) 가뭄
điểm	(点) 점수	kịch	(劇) 연극
bữa ăn	식사	bệnh	(病) 병
bài kiểm tra	(檢査) 검사	miền	지역
bão	태풍	nặng	1.무거운 2.중요한 3.독한
nặng nề	힘겨운	ngon	맛있는
bom	폭탄	cần cù	(勤劬) 근면한
say	취하다, 몰두하다	nhà hát	극장
giao	(交) 주다	vở kịch	극본
ốm	아프다	nhiệm vụ	(任務) 임무
chăm chỉ	열심히	nhiệt tình	(熱情) 열정
rỗi rãi	한가한	phê bình	(批評) 비평
Ấn Độ	(印度) 인도	tây	(西) 서쪽
giảng dạy	(講) 강의하다, 가르치다	tàn phá	(殘破) 철저하게 파괴하다
giỏi	잘하는	tai nạn	(災難) 재난

Ngữ pháp

A "**Được**"은 이익이 되는 무엇을 받게 되는 경우에 쓰이는 동사이다. 이 경우 "**được**"은 "**có**", "**nhận**"과 같은 뜻이 된다. 문형은 "DT1(주부를 나타낸다) + **được** + DT2" 형태이다.

B "**Bị**"는 "**được**"과 같은 형태로 사용되지만, 사람들이 이익이 없거나 원치않는 그 무엇을 받아들이게 되는 경우에 쓰인다.

C "**Được**"과 "**bị**"가 수동형으로 쓰이는 경우 "**được**"은 좋은 의미, "**bị**"는 좋지않은 의미로 사용된다. 문형은 "DT1 + **được** (**bị**) + ĐT1" 형태이다.

D "**Được**"과 "**bị**"가 C의 문형처럼 수동형으로 쓰였다. B, C문형과 조금 다른 점은 문형이 "DT1(주부를 나타낸다) + **được** (**bị**) + DT2 + ĐT" 혹은 "DT1 + **được** (**bị**) + DT2 + ĐT + DT3" 형태이다.

E "DT + ĐT + TT" 형태의 문형이지만 형용사로 주체의 행동을 강조하고자 할 때는 그 형용사 바로 앞에 "**một cách**"을 쓰거나, 동사 앞에 그 형용사를 쓸 수 있다. 이 경우 형용사는 반드시 이음절이어야 한다.

Ví dụ
– Chị ấy học tập một cách chăm chỉ.
– Chị ấy chăm chỉ học tập.

형용사가 일음절일 경우는 동사 앞에 올 수 없고, 반드시 동사 뒤에 오며, 이 경우 "**một cách**"은 쓸 수 없다.

Ví dụ
– Sinh viên học giỏi. (O)
– Sinh viên giỏi học. (X)
– Sinh viên học một cách giỏi. (X)

Bài đọc cơ bản

Một bộ phim thú vị

Nhân dịp Quốc Khánh của Việt Nam, tất cả chúng tôi được mời xem một bộ phim mới. Đây là lần đầu tiên tôi được xem phim Việt Nam ở Hà Nội.

Phim được chiếu ở câu lạc bộ của trường. Bảy giờ rưỡi, buổi chiếu phim bắt đầu. Trên màn ảnh hiện lên dòng chữ "Hà Nội trong mắt ai". Đây là một bộ phim trắng đen của đạo diễn Trần Văn Thủy. Bộ phim được sản xuất năm 1982, nhưng bị cấm, cho tới năm 1987 mới được công chiếu rộng rãi. "Hà Nội trong mắt ai" sử dụng những câu chuyện và nhân vật lịch sử gắn bó với thủ đô để thể hiện suy nghĩ của người dân về tình hình xã hội những năm 1980. Bộ phim đã nhắc tới nhiều nhân vật nổi tiếng trong lịch sử Hà Nội từ Tô Hiến Thành, Nguyễn Trãi, Hồ Xuân Hương đến Bùi Xuân Phái, Tôn Thất Tùng. Bên cạnh những cảnh sinh hoạt của người dân Hà Nội những năm 1980, nhiều cảnh đẹp của Hà Nội như Hồ Tây, chùa Trấn Quốc, đền Quán Thánh cũng xuất hiện trong phim. Năm 1988 bộ phim đã giành giải Bông sen vàng cho phim tài liệu Việt Nam hay nhất. Cho đến nay, đây là một trong những bộ phim xuất sắc nhất về Hà Nội.

Chúng tôi chăm chú xem phim. Bộ phim rất thú vị và rất Việt Nam.

Từ vựng 2

bộ phim	영화	thú vị	(趣味) 재미있는, 흥미있는
nhân dịp	기회에	quốc khánh	(國慶) 국경일
màn ảnh	(影) 스크린	hiện lên	(現) 나타나다
đạo diễn	(導演) 연출가	bị cấm	(禁) 금지되다
công chiếu	상영하다	rộng rãi	넓게
sử dụng	(使用) 사용하다	câu chuyện	이야기
nhân vật	(人物) 인물	gắn bó	관련된
thể hiện	(體現) 구현하다	người dân	(民) 사람
suy nghĩ	생각하다	xã hội	(社會) 사회
tình hình	(情形) 상황	bên cạnh	옆에
nhắc tới	언급하다, 재론하다	sinh hoạt	(生活) 생활하다
cảnh	(景) 환경, 경치	xuất hiện	(出現) 출현하다, 나타나다
chùa	사찰(절)	giải	상(賞)
giành	획득하다	vàng	황금, 노란
bông sen	연	chăm chú	열심히
một trong những	…중 하나	xuất sắc	(出色) 빼어난, 뛰어난
phim tài liệu	(材料) 기록영화	giải Bông sen vàng	황금연상(黃金蓮賞)

Bài tập

1. 의미와 문법에 맞도록 빈칸을 "được" 혹은 "bị"로 채우시오.

1) Tôi ______ mẹ tôi gửi cho một cái áo mới.

2) Chúng tôi ______ cử sang Việt Nam để học tiếng Việt.

3) Chúng tôi ______ học tập ở thủ đô Hà Nội.

4) Sáng nay anh ấy không lên lớp. Anh ấy ______ ốm.

5) Anh ấy ______ các bác sĩ chăm sóc chu đáo.

6) Chị ấy không làm bài tập. Chị ấy ______ cô giáo phê bình.

7) Bộ phim ______ sản xuất năm 1982, nhưng ______ cấm cho tới năm 1987.

8) Bộ phim ______ nhiều người ưa thích vì rất thú vị.

9) Chúng tôi ______ mời xem triển lãm.

10) Cuốn sách ______ nhiều người chê vì không thú vị.

2. "được", "bị"를 이용하여 아래 문장을 수동태로 바꾸시오.

1) Người ta đã chiếu bộ phim này ở khắp nơi.

______

2) Mọi người rất yêu mến anh ấy.

______

3) Các bạn đã phê bình tôi.

4) Bạn tôi mời tôi xem phim.

5) Bộ phim đã nhắc tới nhiều nhân vật nổi tiếng trong lịch sử Hà Nội.

3. 주어진 단어를 이용하여 질문에 대답하시오.

1) Chị Phương học tập thế nào? (chăm chỉ)

2) Anh ấy nói như thế nào? (nhanh)

3) Nó viết thế nào? (chậm)

4) Các anh ấy đã giúp anh thế nào? (nhiệt tình)

5) Các sinh viên theo dõi bài giảng thế nào? (chú ý)

4. "Bài đọc cơ bản"에 근거하여 아래 질문에 대답하시오.

1) Nhân dịp Quốc Khánh của Việt Nam, các bạn được mời làm gì?

2) Anh đến Việt Nam đã lâu chưa?

3) Người ta chiếu phim ở đâu?

4) Người ta chiếu phim gì?

5) Phim nói về cái gì và bằng cách nào?

6) Vì sao sinh viên xem phim chăm chú?

7) Trong phim xuất hiện những cảnh gì?

문제풀이

1. Chọn từ ngữ thích hợp để điền vào chỗ trống:

– Cô giáo hỏi chúng tôi. Chúng tôi ____ trả lời cô giáo.

① nhanh　② vội vàng

③ nhanh chóng　④ ngay

2. Chọn từ thích hợp, điền vào chỗ trống:

– Sau ngày giải phóng, nhân dân Việt Nam ____ sống trong hoà bình và độc lập.

① bị　② phải

③ được　④ hi vọng

3. Tìm câu chủ động tương ứng với câu dưới đây:

– Chúng tôi được Chính phủ giao cho nhiệm vụ mới.

① Công ty được chúng tôi giao cho nhiệm vụ mới.

② Công ty giao cho chúng tôi nhiệm vụ mới.

③ Công ty bị chúng tôi giao cho nhiệm vụ mới.

④ Nhiệm vụ mới đã được công ty giao cho chúng tôi.

4. Tìm câu bị động tương ứng với câu dưới đây:

– Các bác sĩ đã chăm sóc cho anh ấy một cách chu đáo.

① Anh ấy đã bị các bác sĩ chăm sóc một cách chu đáo.

② Anh ấy đã được vợ, con chăm sóc một cách chu đáo.

③ Anh ấy đã được (các bác sĩ) chăm sóc một cách chu đáo.

④ Anh ấy đã được chăm sóc một cách chu đáo.

5. Tìm câu hỏi thích hợp cho câu trả lời sau:

–

– **Các sinh viên đã bị thầy giáo phê bình.**

① Các sinh viên đã bị thầy giáo làm gì?
② Các sinh viên đã bị làm sao?
③ Thầy giáo đã phê bình ai?
④ Các sinh viên đã phê bình ai?

6. Tìm và chọn câu trả lời thích hợp với câu hỏi dưới đây:

– **Ai đã được bạn bè tặng hoa nhân ngày sinh nhật?**

–

① Bạn bè đã tặng hoa cho anh ấy nhân ngày sinh nhật.
② Anh ấy đã được bạn bè tặng hoa nhân ngày sinh nhật.
③ Vâng. Bạn bè đã tặng hoa cho anh ấy nhân ngày sinh nhật.
④ Phải. Anh ấy đã được bạn bè tặng hoa nhân ngày sinh nhật.

7. Tìm từ, cụm từ thừa trong câu dưới đây:

– **Chiều qua, chị ấy (①) đã bị (②) mất ví (③) bởi kẻ cắp (④).**

8. Chọn câu gần nghĩa với câu dưới đây:

– **Hàng ngày, chị ấy chăm chỉ học tiếng Việt.**

① Hàng ngày, chị ấy học chăm chỉ tiếng Việt.
② Hàng ngày, chăm chỉ chị ấy học tiếng Việt.
③ Chăm chỉ hàng ngày, chị ấy học tiếng Việt.
④ Hàng ngày, chị ấy học tiếng Việt một cách chăm chỉ.

9. Sắp xếp các từ, cụm từ sau thành câu đúng ngữ pháp:

Quốc khánh / nhân dịp / được / chúng tôi / anh ấy / đi / mời / xem phim

① Nhân dịp Quốc khánh, chúng tôi được mời đi xem phim anh ấy.

② Nhân dịp Quốc khánh, anh ấy được chúng tôi mời đi xem phim.

③ Nhân dịp Quốc khánh, anh ấy được mời đi xem phim chúng tôi.

④ Nhân dịp Quốc khánh, chúng tôi được anh ấy mời đi xem phim.

10. Tìm và chọn cách giải thích từ đúng nhất:

– Người sống bên cạnh nhà của bạn được gọi là

① bạn học. ② họ hàng.

③ hàng xóm. ④ bạn thân.

Bài 12

Cái nhà này cao bao nhiêu mét?

이 집은 높이가 몇 미터입니까?

Câu mẫu

1 술부가 "형용사+수량명사"로 이루어진 문형
2 의문대명사 "**gì, nào**" 활용법

A

1. Cái nhà này cao bao nhiêu mét?
2. Cái nhà này cao ba mươi lăm mét.
3. Đoạn đường Hà Nội – Hải Phòng dài bao nhiêu ki lô mét?
4. Con đường này dài một trăm linh năm ki lô mét.
5. Hồ Tây rộng ba mươi héc ta.
6. Sông Hồng dài khoảng 1000 ki lô mét.
7. Căn phòng của chúng tôi rộng ba mươi sáu mét vuông.
8. Bao đường này nặng bao nhiêu (ki lô gam)?
9. Bao đường ấy nặng năm mươi ki lô gam.
10. Bức tường của ngôi nhà này dày bốn mươi xăng ti mét.
11. Cái giếng kia sâu mười hai mét.

B

1. Anh đang làm gì? – Tôi đang viết.
2. Anh viết gì? – Tôi viết thư cho gia đình.
3. Chị cầm gì đấy? – Tôi cầm tờ báo.
4. Chị cầm báo gì? – Tôi cầm tờ báo Tuổi trẻ.
5. Báo Tuổi trẻ hôm nào đấy? – Báo Tuổi trẻ hôm nay.
6. Đây là cây gì? – Đây là cây tre.
7. Kia là con gì? – Kia là con trâu.
8. Đấy là cái gì? – Đấy là cái kính.
9. Đây là hoa gì? – Đây là hoa hồng.
10. Người nào vừa đến đây? – Bạn tôi vừa đến đây.
11. Chị thích cái áo dài nào? – Tôi thích cái áo dài ấy.
12. Chị thích bông (hoa hồng) nào? – Tôi thích bông (hoa hồng) này.

Từ vựng 1

đường	1. 도로 2. 설탕	ki lô gam	킬로그램(kg)
bông	1. 면화 2. 꽃송이	ki lô mét	킬로미터(km)
bao	(包) 1. 포함 2. 포장 3. 봉지, 자루, 갑	mét	미터(m)
dày	1. 두꺼운 2. 짙은	nặng	1. 무거운 2. 힘겨운
giếng	우물	sâu	깊은
héc ta	헥타(ha)	tường (bức)	벽
hoa	꽃	xăng ti mét	센티미터(cm)

Ngữ pháp

A 술부가 외형의 특징이나 형태를 나타내는 형용사로는 "**cao, dài, rộng, nặng, sâu, dày, thấp, hẹp, ngắn, nhẹ, nông, mỏng**" 등이 있다.

Bài đọc cơ bản

Trường đại học của chúng tôi được xây dựng ở trung tâm thủ đô. Trường rất rộng và đẹp. Công ty xây dựng Hòa Bình đã xây dựng trường đại học này. Trường rộng sáu mươi nghìn mét vuông. Nó gồm nhiều công trình. Có các giảng đường. Các giảng đường đều rộng rãi và sáng sủa. Trường có nhiều phòng thí nghiệm hiện đại: phòng thí nghiệm vật lí, phòng thí nghiệm hoá học, phòng thực nghiệm ngữ âm, v.v…

Hội trường của trường rộng và đẹp. Đây là một công trình kiến trúc hiện đại. Hôm qua chúng tôi đã dự buổi nói chuyện về vật lí của giáo sư Châu ở hội trường này. Giáo sư được tất cả sinh viên chúng tôi yêu mến và kính trọng.

Thư viện của trường rất lớn. Trong đó có rất nhiều sách quý. Thư viện có thể phục vụ hàng nghìn người trong một lúc. Đó là nơi tôi yêu thích nhất. Trong trường có khu vực câu lạc bộ. Chúng tôi luyện tập thể dục, chơi thể thao, sinh hoạt văn nghệ, giải trí ở đây. Trường cũng có kí túc xá cho sinh viên. Đó là những ngôi nhà cao mười lăm mét, dài năm mươi mét, rộng hai mươi mét. Mỗi nhà có nhiều phòng. Các phòng đều sạch sẽ, đầy đủ tiện nghi. Xung quanh nhà có nhiều cây xanh. Mùa hè rất mát. Bên cạnh kí túc xá là khu vực nhà ăn. Nhà ăn phục vụ sinh viên rất tốt.

Từ vựng 2

bể bơi	수영장, 풀장	phòng thực nghiệm	(房實驗) 실험실
công trình	(工程) 1.공사 2.업적 3.건물	phòng thí nghiệm	(房試驗) 1.시험실 2.실험실
giải trí	(解智) 오락	sân vận động	(運動) 운동장
giảng đường	(講堂) 강당	thể dục	(體育) 체육
vật lí	(物理) 물리	thể thao	(體操) 체조
hội trường	(會場) 회의장	tiện nghi	(便宜) 편의시설
hoá học	(化學) 화학	trung tâm	(中心) 중심, 센터
kiến trúc	(建築) 건축	văn nghệ	(文藝) 문예
kính trọng	(敬重) 존경하다	văn phòng	(交房) 사무실
ngữ âm	(語音) 단의 음	phục vụ	(服務) 봉사하다
nhớ	기억하다	xây dựng	세우다, 건설하다
cầm	1. 손에 들다 2. 저당잡히다		

Bài tập

1. 다음 단어들의 반의어를 쓰시오.

cao ______ sâu ______ nặng ______

hẹp ______ ngắn ______ dày ______

2. 문법에 맞도록 "gì" 혹은 "nào"를 아래 문장의 빈칸에 넣으시오.

1) Anh ấy nói ______ ?

2) Hôm ______ chị ấy về quê?

3) Bà muốn hỏi ______ tôi?

4) Bài học ______ khó?

5) Chị học ______ ở Việt Nam?

6) Ông biết ngoại ngữ ______ ?

7) Chị uống ______ ?

8) Anh ấy nói ______ với chị?

9) Giám đốc ở phòng ______ ?

3. 아래 질문에 대답하시오.

1) Ngôi nhà cao nhất ở thành phố của anh cao bao nhiêu mét?

______

2) Ngọn núi cao nhất Hàn Quốc cao bao nhiêu mét?

3) Tháp vô tuyến truyền hình ở Nam San cao bao nhiêu mét?

4) Sông Hồng dài bao nhiêu ki lô mét?

5) Đường quốc lộ Hà Nội – TP. Hồ Chí Minh dài bao nhiêu ki lô mét?

6) Hồ Tây rộng bao nhiêu héc ta?

7) Sân vận động ở trường rộng bao nhiêu?

8) Anh nặng bao nhiêu cân?

9) Cái hồ này sâu mấy mét?

4. "Bài đọc cơ bản"을 참조하여 아래 질문에 대답하시오.

1) Trường đại học của các anh được xây dựng ở đâu?

2) Ai xây dựng trường đại học này?

3) Nó rộng bao nhiêu?

4) Nó gồm những công trình gì?

5) Thư viện của trường đại học thế nào?

6) Kí túc xá của sinh viên thế nào?

5. 다음 문장의 문법성분을 분석하시오.

1) Giáo sư được tất cả sinh viên chúng tôi yêu mến và kính trọng.

2) Hôm qua chúng tôi đã dự buổi nói chuyện về vật lí của giáo sư Châu ở hội trường này.

문제풀이

1. Chọn từ thích hợp để điền vào chỗ trống:

– **Các anh có biết ______ cao ngọn núi này là bao nhiêu (mét) không?**

– **Dạ, chúng em không biết ạ!**

① chiều ② độ
③ mức độ ④ mức

2. Tìm và chọn từ, cụm từ phù hợp điền vào chỗ trống:

– **Căn phòng này ______ bao nhiêu mét vuông (m2)?**

① dài ② cao
③ rộng ④ sâu

3. Tìm và chọn câu hỏi thích hợp với câu trả lời dưới đây:

– ______.

– **Tôi thích cái áo dài chị ấy đang mặc.**

① Chị thích cái gì? ② Chị thích cái áo dài phải không?
③ Chị thích cái áo dài nào? ④ Chị có thích mặc áo dài không?

4. Tìm và chọn câu trả lời thích hợp với câu hỏi dưới đây:

– **Xin lỗi, chị cho hỏi, ông giám đốc ở phòng nào ạ?**

– ______.

① Ông ấy ở tầng 2. ② Ông ấy ở một phòng trên tầng 2.
③ Ông ấy ở phòng kia. ④ Ông ấy ở phòng 12 tầng 2.

5. Tìm và chọn từ gần nghĩa với từ gạch chân trong câu:

– Xin lỗi, chị đang cầm <u>gì</u> trên tay đấy?

– À, đây là gói bưu phẩm tôi vừa nhận ở bưu điện.

① cái nào ② cái gì

③ con gì ④ tờ gì

6. Tìm và chọn câu gần nghĩa với câu hỏi dưới đây:

– Con đường này dài bao nhiêu kilômét (km)?

– Con đường này dài khoảng 105 km.

① Con đường này có dài không?

② Con đường này dài có phải không?

③ Con đường này dài khoảng 105 km phải không?

④ Chiều dài con đường này là bao nhiêu km ?

7. Tìm từ, cụm từ chưa chính xác trong câu dưới đây:

– Anh ấy <u>nặng</u>① <u>khoảng 65 kg</u>② <u>và</u>③ <u>dài</u>④ <u>1m76.</u>⑤

8. Sắp xếp các từ, cụm từ sau thành câu đúng ngữ pháp:

ở / ngọn núi / nước ta / cao nhất / hơn / cao / ba nghìn mét

① Ở nước ta, ngon núi cao nhất cao ba nghìn mét hơn.

② Ngọn núi cao nhất ở nước ta cao ba nghìn mét hơn.

③ Ngọn núi cao nhất ở nước ta cao hơn ba nghìn mét.

④ Hơn ba nghìn mét là ngọn núi cao nhất ở nước ta.

9. Tìm câu bị động tương ứng với câu dưới đây:

– Các kỹ sư và công nhân Việt Nam đã xây dựng trường đại học này.

① Trường đại học này đã được các kỹ sư và công nhân Việt Nam xây dựng.

② Trường đại học này đã được xây dựng bởi các kỹ sư và công nhân Việt Nam.

③ Trường đại học này đã được xây dựng do các kỹ sư và công nhân Việt Nam.

④ Trường đại học này đã được xây dựng từ các kỹ sư và công nhân Việt Nam.

10. Tìm câu chủ động tương ứng với câu dưới đây:

– Giáo sư được tất cả sinh viên chúng tôi yêu mến và kính trọng.

① Giáo sư được kính trọng và yêu mến bởi tất cả sinh viên.

② Tất cả sinh viên chúng tôi yêu mến và kính trọng giáo sư.

③ Giáo sư được yêu mến và kính trọng từ tất cả sinh viên chúng tôi.

④ Chúng tôi tất cả sinh viên đều yêu mến và kính trọng giáo sư.

Bản ghi nhớ

Bài 13
Thầy giáo cho phép chúng tôi nghỉ

선생님은 우리가 쉬도록 허락하셨습니다

Câu mẫu

1 청유형 의미의 본동사 문형
2 명사를 수식하는 형용사
3 부사 "**rất, quá, lắm**"의 위치

A

1. Anh Uyển bảo tôi đi Hòn Gai.
2. Tôi nhờ chị Khánh mượn sách của thư viện.
3. Cha tôi sai em trai tôi đến công ty.
4. Thầy giáo cho phép chúng tôi nghỉ.
5. Cô Bích Vân mời tôi đến nhà cô ấy.
6. Chị thủ thư yêu cầu tôi trả sách cho thư viện.
7. Chúng tôi đề nghị cô Phương Thảo hát.
8. Công ty yêu cầu chúng tôi làm việc sáng tạo.

B

1. Anh ấy nhờ tôi mua cho anh ấy một cái máy ảnh tốt.
2. Chị Bích bảo tôi mượn cho chị ấy một cuốn tiểu thuyết ở thư viện.
3. Bố tôi sai em tôi đưa cho bố tôi tờ báo mới.
4. Tối qua chị ấy mời chúng tôi xem một vở kịch cổ điển.
5. Thầy giáo yêu cầu chúng tôi làm tất cả những bài tập khó.

6. Chúng tôi đã đề nghị anh ấy giải thích một vấn đề rất phức tạp.
7. Bác sĩ khuyên chúng tôi không nên ăn quả chưa chín.
8. Mẹ tôi không cho chúng tôi uống rượu mạnh và cà phê đặc.

C

C1:
– Hôm nay trời rất đẹp.
– Hôm nay trời đẹp lắm.
– Hôm nay trời đẹp quá.

C2:
– Bài học này rất khó.
– Bài học này khó lắm.
– Bài học này khó quá.

C3:
– Vấn đề ấy rất phức tạp.
– Vấn đề ấy phức tạp lắm.
– Vấn đề ấy phức tạp quá.

C4:
– Cô ấy rất thông minh.
– Cô ấy thông minh lắm.
– Cô ấy thông minh quá.

Từ vựng 1

đề nghị:	(提議) 제의하다, 제안하다	nhờ:	1. 덕택에 2. 부탁하다
đòi:	요구하다, 요청하다	phức tạp:	(複雜) 복잡한
báo:	(報) 1.신문 2.통보하다	quá:	꽤, 매우
cổ điển:	(古典) 고전	quả:	과일
cho phép:	허락하다, 허용하다	rất:	매우, 꽤
chín:	1.숫자 구 2.익은	sai:	1.명령하다 2.틀린
khuyên:	(勸) 권면하다	thủ thư:	(守書) 도서관 사서
lắm:	매우, 꽤	vở kịch:	(劇) 극본
máy ảnh:	(影) 사진기, 카메라	vấn đề:	(問題) 문제
mạnh:	강한, 힘이 센	yêu cầu:	(要求) 요구하다
mời:	요청하다, 초대하다		

Ngữ pháp

A 청유형 의미의 본동사 문형은 "DT1(주어) + ĐT1 + DT2 + ĐT2"이다. 동사 1은 본동사로 청유의 의미인 **sai, bảo, nhờ, gọi, cho (cho phép), mời, đề nghị, yêu cầu** 등이 쓰인다.

Ví dụ Thầy giáo yêu cầu sinh viên lên bảng.

B 명사의 의미, 성질, 특징 등을 확정하거나 제한하기 위하여 쓰이는 형용사. 이때 형용사는 반드시 명사 뒤에 오며, 형용사 앞에 부사 **rất, chưa, không, vẫn, còn, đã** 등을 쓸 수 있다.

Ví dụ Mẹ tôi mới mua cho em gái tôi một *cái áo rất đẹp*.

C 정도부사 "**rất, qúa, lắm**"은 형용사 혹은 상태를 나타내는 동사와 함께 쓰인다.

a) "**rất**": 주로 문어체에서 쓰이며 형용사 앞에 온다.
b) "**quá**": 주로 구어체에서 쓰이며 감탄적인 의미로 쓰인다.
c) "**lắm**": 주로 구어체에서 쓰이며 강조하는 의미로 쓰인다.
"**quá**", "**lắm**"은 형용사 뒤에 오며, "**quá**"은 형용사 앞에도 온다.

Bài đọc cơ bản

Tấm gương của bố tôi

Hàng ngày, bố tôi ăn uống rất đơn giản: một đĩa rau, một bát canh, một ít cá, đôi khi có một ít thịt.

Ngày thường cũng như khi tiếp khách, bố tôi ăn uống rất điều độ. Ông rất ít khi uống rượu, bia. Bố tôi thường bảo: "Người ta ăn để sống, chứ không phải sống để ăn".

Bố tôi dạy chúng tôi: phải ăn uống điều độ thì mới khỏe mạnh.

Bố tôi đã nhiều tuổi. Tuy bố tôi làm việc rất vất vả, nhưng da dẻ vẫn hồng hào, dáng đi vẫn nhanh nhẹn.

Từ vựng 2

tấm gương	본보기, 모범, 표상	đĩa	접시
đôi khi	가끔 (thỉnh thoảng 보다 드물게)	rau	야채
bát	그릇	canh	1.국 2.경계하다
một ít	1.조금 2.잠시	điều độ	(調度) 균형있는
cá	생선	thường lệ	(常例) 통례, 일반적인 규정
đơn giản	(單簡) 간단한, 간소한	tiếp khách	(接客) 손님을 맞다, 접대하다
da dẻ	표피, 가죽	hồng hào	(얼굴이) 불그스레 건강한
dáng đi	걷는 모습	nhanh nhẹn	가벼운

Bài tập

1. 아래 질문에 대답하시오.

1) Ai bảo anh không được hút thuốc lá?

2) Mẹ anh bảo ai không được hút thuốc lá?

3) Mẹ anh bảo anh làm gì?

4) Ai mời anh ăn cơm ở khách sạn?

5) Bạn anh mời ai ăn cơm ở khách sạn?

6) Bạn anh mời anh làm gì?

7) Bác sĩ khuyên ai phải luyện tập thể dục?

8) Ai khuyên các anh phải luyện tập thể dục?

9) Bác sĩ khuyên các anh làm gì?

2. 문법에 맞게 주어진 단어 "rất, lắm, quá"를 아래 문장에 사용하시오.

1) Hôm nay thời tiết tốt.

2) Chúng tôi mới xem một bộ phim hay.

3) Ồ! Rất tiếc! Anh đến chậm.

4) Ôi! Anh nói hay.

5) Phải, anh thông minh.

6) Bài tập này khó.

7) Món ăn này ngon.

8) Cô ấy có một chuyện thú vị.

9) Anh nói dài.

10) Anh ấy ngủ ngon.

11) Dậy đi! Anh ngủ lâu.

12) Anh ấy ngủ sâu.

3. 아래 문장을 의문문으로 바꾸시오.

1) Mẹ tôi bảo em trai tôi viết thư cho chị gái tôi.

2) Chị ấy nhờ tôi mua cho chị ấy một cái nón.

3) Tôi yêu cầu nhà hàng mang cho tôi món thịt rán.

4) Cô giáo đề nghị bạn ấy nói chậm và to.

5) Anh ấy mời tôi ăn tối ở khách sạn.

6) Bác sĩ khuyên tôi không nên hút thuốc lá.

7) Anh ấy yêu cầu tôi gửi cho anh ấy một quyển từ điển tiếng Việt.

문제풀이

1. Tìm và chọn từ thích hợp, điền vào chỗ trống:

– Bố mẹ tôi khuyên tôi ______ đi chơi khuya quá.

① không được ② không nên
③ không phải ④ không cần

2. Chọn từ, cụm từ thích hợp hoàn thiện câu:

– Ông Hiệu trưởng ______ tất cả sinh viên đi học đúng giờ.

① bảo ② sai
③ yêu cầu ④ đề nghị

3. Chọn từ ngữ thích hợp để hoàn thiện câu:

– Các sinh viên lớp tôi đã ______ thầy giáo giảng lại bài này.

① sai ② khuyên
③ yêu cầu ④ đề nghị

4. Tìm và chọn câu trả lời phù hợp với câu hỏi dưới đây:

– Bác sĩ khuyên mọi người không nên làm gì?

– ______ .

① Bác sĩ khuyên mọi người không nên tập thể dục.
② Bác sĩ khuyên mọi người không nên hút thuốc lá.
③ Bác sĩ khuyên mọi người không nên ăn hoa quả nhiều.
④ Bác sĩ khuyên mọi người không nên “ăn chín uống sôi”.

5. Tìm và chọn câu hỏi phù hợp với câu hỏi dưới đây:

– ______________________________ .

– Tối qua, họ đã mời chúng tôi đi xem một bộ phim rất hay.

① Tối qua, họ đã mời các anh làm gì?
② Tối qua, họ đã mời các anh đi đâu?
③ Tối qua, họ đã mời các anh đi xem một bộ phim rất hay phải không?
④ Tối qua họ đã mời các anh xem gì?

6. Tìm và chọn từ gần nghĩa với từ gạch dưới:

– "Ngày thường cũng như khi tiếp khách, Bác Hồ ăn uống rất điều độ"

① mức độ ② chừng mực
③ phong độ ④ chừng độ

7. Tìm và chọn từ, ngữ trái nghĩa với từ, ngữ gạch dưới:

– Chúng tôi đã đề nghị anh ấy giải thích một vấn đề rất phức tạp.

① phức hợp ② giản dị
③ đơn giản ④ đơn lẻ

8. Chọn câu gần nghĩa với câu dưới đây:

– Mẹ tôi cấm chúng tôi uống rượu mạnh và cà phê đặc.

① Mẹ tôi không thích chúng tôi uống rượu mạnh và cà phê đặc.
② Mẹ tôi không đồng ý chúng tôi uống rượu mạnh và cà phê đặc.
③ Mẹ tôi không cho phép chúng tôi uống rượu mạnh và cà phê đặc.
④ Mẹ tôi không vui khi chúng tôi uống rượu mạnh và cà phê đặc.

9. Sắp xếp các từ, cụm từ sau thành câu đúng ngữ pháp:
tôi / chị ấy / chuyển / nhờ / cho / bạn chị ấy / một gói / quà / nhỏ

① Chị ấy nhờ tôi chuyển cho bạn chị ấy quà một gói nhỏ.
② Chị ấy nhờ tôi chuyển cho bạn chị ấy một gói quà nhỏ.
③ Tôi nhờ chị ấy chuyển cho bạn chị ấy một gói quà nhỏ.
④ Chị ấy nhờ tôi chuyển cho bạn tôi một gói quà nhỏ.

10. Tìm câu dùng từ chưa chính xác:

① Anh tôi nhờ tôi đi cửa hàng mua bia cho anh ấy.
② Anh tôi sai tôi đi cửa hàng mua bia cho anh ấy.
③ Anh tôi ra lệnh cho tôi đi cửa hàng mua bia cho anh ấy.
④ Anh tôi bảo tôi đi cửa hàng mua bia cho anh ấy.

Bản ghi nhớ

Bài 14

Trời hôm nay có thể mưa to

오늘은 큰 비가 올 것 같습니다

Câu mẫu

1 조동사 "**có thể, được**" 활용법
2 "**vừa, mới, vừa mới**" 활용법
3 명령문에 쓰는 "**đi**"
4 서수사

A

1. Trời hôm nay có thể mưa to.
2. Ông có thể giúp tôi một việc không?
3. Anh có thể nghỉ ngơi hai ngày.
4. Anh có thể gặp tôi ở câu lạc bộ.
5. Chị có thể chuyển giúp tôi bức thư này đến chị Liễu không?
6. Chúng tôi có thể chấp nhận yêu cầu của anh.
7. Bao giờ (thì) anh có thể cho tôi mượn cuốn sách ấy?
8. Cẩn thận! Chị có thể bị ốm!

B

1. Anh có nói được tiếng Việt không?
   – Có, tôi nói được tiếng Việt.

2. Chị có làm được việc này không?

– Được, tôi làm được.

3. Ông có uống được rượu không?

– Không, xin lỗi, tôi không uống được (rượu).

4. Anh giúp tôi một việc được không?

– Vâng, được.

5. Ai trả lời được câu hỏi này?

– Tôi trả lời được câu hỏi này.

C

1. Anh có thể nói được tiếng Việt không?

– Không, tôi chưa nói được (tiếng Việt).

2. Chị có thể dịch được bài này không?

– Vâng, tôi dịch được bài này.

3. Chủ nhật anh có thể đi Bắc Thái với tôi được không?

– Xin lỗi chị, rất tiếc, Chủ nhật này tôi không đi (Bắc Thái) được.

4. Tôi không thể cho anh mượn cuốn từ điển này được.

5. Anh Uyển có thể hoàn thành được nhiệm vụ một cách xuất sắc.

6. Chúng tôi có thể hiểu được những điều ấy.

D

D1:

1. Anh ấy đi thư viện.
2. Anh ấy mới đi thư viện.
3. Anh ấy vừa đi thư viện.
4. Anh ấy vừa mới đi thư viện.

D2:

1. Chị ấy ăn cơm xong.
2. Chị ấy mới ăn cơm xong.
3. Chị ấy vừa ăn cơm xong.
4. Chị ấy vừa mới ăn cơm xong.

E

1. Anh hãy trả lời câu hỏi này!
2. Các anh hãy làm tất cả các bài tập này!
3. Chị hãy dịch bài này sang tiếng Hàn!
4. Các anh, các chị hãy đọc bài khóa này nhiều lần!
5. Bây giờ các anh hãy viết chính tả!
6. Chị hãy kể lại nội dung bài văn ấy!

F

1. Anh hút thuốc lá đi!
2. Chị ăn kẹo đi!
3. Mời các bạn uống bia đi!
4. Ở Lotte Plaza đang có phim hay. Chúng ta đi xem đi!
5. Anh Bình ơi, tắt đài đi!
6. Chị mới về quê à? Chị kể chuyện quê chị đi!
7. Chị Tuyến Hương hát đi!
8. (Khuya rồi!) Các bạn đi ngủ đi!
9. (Anh Tĩnh ngủ nhiều rồi.) Dậy đi!
10. Chúng ta đi chơi đi!

Từ vựng 1

có thể	…할 수 있다	mưa	비가 오다
được	…할 수 있다	mới	새로운
bài khoá	과	mượn	(물건을) 빌리다
câu hỏi	의문문	nội dung	(內容) 내용
nhiệm vụ	(任務) 임무	nghỉ ngơi	쉬다
hãy	권유나 명령문에 쓴다 : …하세요	hoàn thành	(完成) 완성
cẩn thận	(謹愼) 근신, 조심하는	xuất sắc	(出色) 탁월한, 우수한
chấp nhận	(執認) 받아들이다, 승인하다	tắt	1.끄다 2.축소한
chuyển	(轉) 1.전하다 2.이사하다, 옮기다	tiếc	유감스러운
dịch	(譯) 번역하다	làm	…하다, 일하다
ghi âm	(音) 녹음하다	uống	마시다
giúp	돕다	việc	일
kể lại	말하다, 이야기하다	vừa mới	바로, 막
kể chuyện	이야기하다	vừa	1.바로 2.마음에 드는 3. 딱 맞는

Ngữ pháp

A "**Có thể**"와 "**được**"은 조동사로서 문장에서 주체가 동작을 할 수 있다는 의미로 쓰인다.

a) "**Có thể**": 동사 앞에서 단독으로 쓸 수 있다.

Ví dụ Tôi có thể giúp anh việc ấy.

b) "**Được**": 단독으로 쓸 수 있으며, 이 경우 동사 바로 다음 혹은 문미에 쓴다.

Ví dụ
- Tôi giúp được anh việc ấy.
- Chị ấy dịch bài này được.

c) "**Có thể**"와 "**được**"을 한 문장에서 결합하여 쓸 수 있다.

Ví dụ
- Tôi có thể giúp anh việc ấy.
- Tôi giúp được anh việc ấy.
- Tôi có thể giúp được anh việc ấy.

B "**Mới**", "**vừa**", "**vừa mới**"는 말하는 시점에서 아주 가까운 과거에 발생한 행동을 나타내기 위하여 동사와 함께 쓰이는 부사이다.

C 요청하는 문장을 만들 때 "**hãy**"를 쓴다. 이 때 "**hãy**"는 술부의 정동사 바로 앞에 온다.

Ví dụ
- Chị hãy trả lời câu hỏi này.
- Anh hãy dịch bài này sang tiếng Việt.

읽거나 말할 때 "**hãy**"를 강조하여 발음해야 한다. "**hãy**"는 나이나 신분상 윗 사람이 아랫사람에게 혹은 서로 같은 경우에 쓴다.

D "**Đi**"는 나이나 신분상 윗사람이 아랫사람에게 또는 평등한 입장에서 상대에게 무엇을 요청할 경우에 쓰며 문미에 온다. 이 경우는 상대에게 행동을 재촉하는 의미를 내포한다.

Ví dụ
– Chị uống nước đi!
– Mời anh ăn kẹo đi!
– Chị (hãy) kể chuyện quê chị đi!

E 서수사 사용법

a) DT + 수:

Ví dụ học kỳ một, học kỳ hai, bài một, bài hai, bài năm, loại một, loại hai, loại sáu v.v…

b) Thứ + 수:

Ví dụ thứ nhất, thứ hai, thứ ba, thứ tư, thứ năm, thứ sáu, thứ bảy, thứ tám, thứ chín, thứ mười, thứ mười một, thứ mười hai, thứ mười lăm, thứ mười bảy, thứ mười chín v.v...

c) 주의: – thứ nhất (O) thứ một (X) thứ tư (O) thứ bốn (X)
– thứ hai (O) 혹은 thứ nhì (O)

Bài đọc cơ bản

Rùa và thỏ

Buổi sáng mùa Thu. Trời ấm áp. Trên bờ sông, một con rùa đang tập chạy.

Một con thỏ đi đến bờ sông. Nó vừa ngủ dậy. Dáng điệu uể oải, lười nhác. Thỏ thấy rùa đang tập chạy. Nó nói với rùa:

– Ê! Mày cũng chạy được à? Mày tập chạy lâu chưa?

– Anh đừng cười tôi! Anh có thể không tin tôi. Nhưng tôi chạy được. Anh và tôi chạy thi đi!

Thỏ nói một cách tự đắc:

– Được, được! Mày dám chạy thi với tao à? Mày chạy trước đi!

Rùa không nói gì. Rùa nghĩ: "Mình chậm chạp, mình phải cố gắng chạy nhanh".

Thỏ nhìn rùa chạy. Nó cười và nghĩ: "Mình không cần vội. Rùa sắp tới đích, mình sẽ bắt đầu chạy. Nhất định mình sẽ đến được đích trước rùa". Thỏ nhởn nhơ trên đường. Nó nhìn trời, nhìn đất. Thỉnh thoảng thỏ ăn vài ngọn cỏ non. Nó vui lắm.

Bỗng thỏ nghĩ đến cuộc thi. Nó vừa mới ngẩng đầu lên, rùa đã chạy gần đích rồi. Thỏ vội cắm đầu chạy. Nhưng không kịp nữa rồi. Rùa đã đến đích trước.

Từ vựng 2

rùa	거북이	ấm áp	따스한
bỗng	갑자기	bờ	강가, 바닷가
chậm chạp	엉금엉금, 느릿니릿	lười nhác	게으른
dáng điệu	태도, 폼, 외모	nhởn nhơ	태연히, 서두르지 않는
uể oải	(거만스럽게) 느린	nhất định	(一定) 틀림없이, 반드시
cắm đầu chạy	머리를 쳐박고 달리다	non	어린
cỏ	잔디	dám	감히 …하다
cười(mỉa)	비웃다	thi	(試) 시험보다, 경주하다
thỉnh thoảng	가끔	ngẩng (đầu)	고개를 처들다
cuộc thi	시합	tin	믿다
vội	서두르는	tự đắc	(自得) 자만하다
đích	(的) 결승점, 목적지	kịp	적시에
thỏ	토끼		

[해설]

"**Mày**"와 "**tao**"는 인칭대명사이다. "**Tao**"는 일인칭 나를 지칭하며, "**mày**"는 이인칭 상대방을 지칭한다. 이 인칭대명사는 아주 가까운 친구관계나 혹은 나이와 신분상의 차이가 많이 나는 경우에 사용한다. 후자의 경우는 자신을 높이고 상대를 낮춰보는 의미를 갖는다.

Bài tập

1. 아래 질문에 대하여 "**vừa, mới, vừa mới + xong**" 형태로 대답하시오.

1) Anh đã ăn cơm chưa?

2) Cô giáo đã đến chưa?

3) Anh đã viết thư cho cô ấy chưa?

4) Phim đã chiếu lâu chưa?

5) Anh gặp thầy giáo hôm nào?

6) Anh Hải có đến đây không?

7) Chị đã dịch xong bài báo ấy chưa?

2. 아래 질문에 대답하시오.

1) Hôm nay các anh học bài (thứ) mấy?

2) Chị là con thứ mấy trong gia đình?

3) Năm nay anh học năm (thứ) mấy?

4) Hôm nay là thứ mấy?

5) Năm nay Việt Nam kỉ niệm lần thứ bao nhiêu ngày Quốc khánh?

3. 아래 문장을 "có thể, được, có thể … được …"을 사용한 형태로 바꾸시오.

1) Chị ấy nói tiếng Việt.

2) Anh ấy trả lời câu hỏi của thầy giáo.

3) Chúng tôi hiểu bài giảng.

4) Tôi dịch bài này.

5) Tôi ăn thịt chó.

6) Chị ấy uống nước trà.

7) Anh Tựu đi xe đạp.

8) Anh ấy lái ô tô.

9) Tối nay chúng tôi đến nhà anh.

4. 아래 문장을 "hãy"을 사용한 청유문으로 바꾸시오.

1) Anh Hải lên bảng.

2) Chị Vân trả lời câu hỏi của anh Việt.

3) Các anh ấy viết một bài về thủ đô Hà Nội.

4) Chúng ta làm tất cả các bài tập mới.

5) Anh ấy đến bệnh viện khám bệnh.

6) Ngày mai các anh đến thăm anh Bửu.

7) Chị Hoàng ghi âm bài tập đọc này.

8) Các anh ấy làm bài kiểm tra.

9) Anh đưa cho tôi quyển từ điển kia.

10) Anh cho tôi xin một điếu thuốc lá.

5. "Bài đọc cơ bản"을 참조하여 아래 질문에 대답하시오.

1) Rùa làm gì ở bờ sông?

2) Dáng đi của thỏ thế nào?

3) Rùa và thỏ làm gì?

4) Nhìn rùa chạy, thỏ nghĩ gì?

5) Khi rùa chạy, thỏ làm gì?

6) Kết quả con nào thắng trong cuộc chạy thi?

6. 다음 단어들의 반의어를 쓰시오.

ấm áp	non	trước
lười nhác	thỉnh thoảng	ngẩng (đầu)
chậm chạp	gần	

문제풀이

1. Lựa chọn từ thích hợp, điền vào chỗ trống:

– Các em đã học xong bài ba chưa?

– Chưa, chúng em chưa học ______ ạ.

① rồi ② hết

③ xong ④ đến

2. Lựa chọn từ thích hợp, điền vào chỗ trống:

– Các anh chị ấy đã về nước lâu chưa?

– Chưa lâu ạ. Họ ______ về nước chiều hôm qua.

① đã ② mới

③ sẽ ④ sắp

3. Lựa chọn từ thích hợp, hoàn thiện câu:

– Thầy giáo nhắc: "Ở nhà, các em ______ dịch bài này sang tiếng mẹ đẻ!"

① liền ② ngay

③ đi ④ hãy

4. Lựa chọn câu hỏi tương ứng với câu trả lời sau:

– ______

– Tôi vừa mới dịch bài này xong.

① Chị đã dịch xong bài này chưa?

② Chị đã dịch bài này chưa xong chưa?

③ Chị đã dịch bài này xong lâu chưa?

④ Chị vừa mới dịch xong bài này phải không?

5. Lựa chọn câu trả lời thích hợp với câu hỏi:

– Cuối tuần này, chị có thể đi Sài Gòn với tôi được không?

–

① Được, cuối tuần này, tôi có thể đi Sài Gòn với anh được.

② Có thể, cuối tuần này tôi có thể đi được Sài Gòn với anh.

③ Được, cuối tuần này tôi có thể đi Sài Gòn được với anh.

④ Có thể, cuối tuần này tôi có thể được đi Sài Gòn với anh.

6. Lựa chọn câu hỏi phù hợp với câu trả lời sau:

– ?

– Không, tôi không thể nói tiếng Việt ở đây.

① Anh có thể nói tiếng Việt ở đây không ?

② Anh có thể nói tiếng Việt không ?

③ Anh có thể nói tiếng Việt được không ?

④ Anh có thể nói được tiếng Việt không ?

7. Lựa chọn các từ gần nghĩa với những từ gạch dưới:

– Một con thỏ đi đến bờ sông. Nó vừa ngủ dậy.

– Dáng điệu uể oải, lười nhác.

① xuống & lười

② tới & lười biếng

③ tới & chăm chỉ

④ ra & mệt nhọc

8. Tìm từ thừa trong câu dưới đây:

– Chúng tôi ① không ② có ③ thể ④ chấp nhận yêu cầu của các anh.

9. Tìm và chọn từ trái nghĩa với từ gạch dưới:

– Rùa nghĩ: "Mình chậm chạp, mình phải cố gắng chạy nhanh".

① lề mề ② nhanh nhẹn

③ nhanh chóng ④ mau chóng

10. Sắp xếp các từ, cụm từ sau thành câu đúng:

tới / học kì / có thể / chúng em / sang / học / Hà Nội / tiếng Việt

① Tới học kì, chúng em sang Hà Nội học tiếng Việt có thể.

② Học kì tới, chúng em có thể sang học tiếng Việt Hà Nội.

③ Học kì tới, chúng em có thể sang Hà Nội học tiếng Việt.

④ Học kì tới, chúng em sang Hà Nội học tiếng Việt có thể.

Bài 15

Chúng ta nên nghe lời giáo sư

우리는 교수님의 말씀을 들어야합니다

Câu mẫu

1 조동사 "**nên, cần, phải**" 활용법
2 "**tất cả**"와 "**cả**" 활용법
3 "**vì, nên, vì … nên …**" 활용법

A

1. Chúng ta nên nghe lời giáo sư.
2. Anh nên hỏi ý kiến ông ấy.
3. Mùa hè chị nên đi Sa Pa.
4. Anh không nên hút nhiều thuốc lá.
5. Chúng ta có nên thảo luận nhiều về vấn đề này không?
6. Chúng ta không nên thảo luận nhiều về vấn đề này.
7. Tối nay chúng ta có nên đi xem phim không?
8. Tối nay chúng ta không nên đi xem phim.

B

1. Chúng tôi cần gặp ông Chủ nhiệm Khoa.
2. Anh cần chuẩn bị trước bài học ở nhà.
3. Các anh cần chú ý nghe thầy giáo giảng.
4. Chúng tôi không cần mua rượu.
5. Tôi có cần dịch bài này sang tiếng Việt không?

6. Anh không cần dịch bài này sang tiếng Việt.
7. Các chị có cần mua từ điển mới không?
8. Chúng tôi không cần mua từ điển mới.

C

1. Bây giờ tôi phải chuẩn bị bài mới.
2. Anh ấy phải xa quê.
3. Chị ấy phải đi bệnh viện.
4. Sáng mai tôi sẽ phải dậy sớm.
5. Tôi vừa mới phải đi bưu điện.
6. Ngày mai các anh có phải làm bài kiểm tra không?
7. Không, ngày mai chúng tôi không phải làm bài kiểm tra.
8. Sáng mai các chị có phải lên lớp không?
9. Không, sáng mai chúng tôi không phải lên lớp.

D

1. Tất cả những chiếc đồng hồ này đều chạy tốt.
2. Tất cả các trường đại học đều đã khai giảng.
3. Chúng tôi đã làm xong tất cả các bài tập.
4. Nhân dân Việt Nam đã vượt qua tất cả mọi khó khăn.
5. Tất cả sách vở của tôi đều ở trên bàn.
6. Tất cả quần áo của anh đều còn rất mới.
7. Tôi đã giặt tất cả quần áo bẩn.
8. Anh ấy quen tất cả chúng tôi.
9. Cả gia đình tôi sống ở thủ đô.
10. Cả lớp đó đã xem cuốn phim này.

E

1. Hôm qua tôi không lên lớp vì tôi bị ốm.
2. Chúng tôi không đi Nam Hà vì trời mưa.
3. Tôi không đến nhà bạn tôi được vì tôi bận quá.
4. Tôi không đi xem kịch vì tôi không có vé.
5. Máy bay không cất cánh được vì thời tiết xấu.
6. Tôi đến chậm vì xe đạp của tôi hỏng.
7. Vì sao chị không dịch được bài này?
8. Tôi không dịch được bài này vì có nhiều từ khó.
9. Vì sao anh không đi chơi?
10. Tôi không đi vì tôi chưa làm xong bài tập.

F

1. Hôm qua tôi ốm nên tôi không lên lớp.
2. Tôi ho nên tôi không hút thuốc lá.
3. Anh ấy khát nên anh ấy uống nhiều bia.
4. Chị ấy mới nhận được thư của người yêu nên chị ấy rất vui.
5. Hôm qua tôi bận quá nên tôi không đến thăm chị được.
6. Việt Nam có nhiều cảnh đẹp nên chúng tôi muốn đi tham quan Việt Nam.
7. Bãi biển Việt Nam rất đẹp nên mùa hè chúng tôi muốn đi biển.
8. Anh Lượng là người tốt nên tất cả chúng tôi đều quý anh ấy.

G

1. Vì tối nay tôi bận nên tôi không đến nhà anh Bảo.
2. Vì gia đình tôi ở xa nên tôi sống ở kí túc xá.
3. Vì khí hậu ở biển tốt nên hè nào chúng tôi cũng đi biển.
4. Vì thời tiết xấu nên máy bay không bay được.
5. Vì tôi không viết thư nên cô ấy giận tôi.
6. Vì tiếng Việt khó nên chúng tôi phải luyện tập nhiều.
7. Vì mất điện nên chúng tôi không làm việc được.

Từ vựng 1

nên:	…해야한다	cần:	필요하다
lời:	말(言)	phải:	…해야한다
thời tiết:	(時節) 날씨	cảnh:	(景) 경치, 환경
cất cánh:	이륙하다	ý kiến:	(意見) 의견
bãi biển:	바닷가, 해안	người yêu:	애인, 사랑하는 사람
bẩn:	더러운	thảo luận:	(討論) 토론하다
chậm:	느린, 천천히	quen:	사귀다, 알다, 익숙하다
chú ý:	(主意) 주의하다	khai giảng:	(開講) 개강하다
giận:	화내다	khí hậu:	(汽候) 기후
hỏng:	고장나다	sớm:	이른
ho:	기침하다	kiểm tra:	(檢查) 검사
khát:	(渴) 1.갈증나는 2.갈망하다	vé:	표
khó khăn:	어려운	vượt qua:	지나다, 극복하다
xa:	먼		

Ngữ pháp

A 조동사 "nên", "cần", "phải"는 술부의 본동사 앞에 온다

a) "**Nên**": … 할 필요가 있다.

b) "**Cần**": … 해야 한다. 이는 "**phải**" 보다는 강제성은 없으나 행동을 했을 경우 이익이 있는 의미가 함축되어 있다.

c) "**Phải**": "**Nên**" 보다 강제성을 띠면서 "반드시 해야한다"는 의미를 갖는다. "**Cần**", "**nên**" 앞에 부사 "vẫn, cũng, còn, đều, không, chưa, rất" 등이 올 수 있다. "**phải**" 앞에는 부사 "rất"을 제외한 "vẫn, cũng, còn, đều, không, chưa" 등의 부사들이 올 수 있다.

B "Tất cả"와 "cả"는 말하고자 하는 사물의 전체를 나타낸다. 이들은 쓰임이 약간씩 다르다.

a) "**Tất cả**": 같은 종류의 많은 수량을 나타낼 때, 만약 "**tất cả**" 다음에 오는 명사가 가산명사라면, 그 명사 앞에 "những, các, mọi" 등이 있어야 한다.

Ví dụ
- Tất cả các phòng đều sáng sủa và đẹp đẽ.
- Chúng tôi đã chuẩn bị xong tất cả các bài mới.

그러나 "**tất cả**" 다음에 오는 명사가 불가산명사나 집합명사, 그리고 수량이 많다고 하는 의미를갖는 경우에는 "những, các, mọi"를 쓸 필요가 없다.

Ví dụ
- Tất cả sinh viên đều đang học ở lớp.
- Thầy giáo đã biết tên của tất cả chúng tôi.

* "**Tất cả**"가 단위의 전체를 가리킬 때도 명사 앞 혹은 "**tất cả**"다음에 "những, các, mọi"를 쓸 수 없다.

Ví dụ
- Tất cả gia đình tôi sống ở Seoul.
- Tất cả lớp đã có mặt.
- Chị ấy đã uống tất cả chai (rượu).

b) "**Cả**": 위의 "*"의 경우처럼 쓸 수 있다.

Ví dụ
– Cả gia đình tôi sống ở Seoul.
– Cả lớp đã có mặt.
– Chị ấy đã uống cả chai (rượu).

* 주의: – Tất cả các gia đình đều hạnh phúc. (많은 단위의 전체)
– Tất cả gia đình đều sống hạnh phúc. (한 단위, 한 집합의 전체)
– Cả gia đình đều sống hạnh phúc. (한 단위, 한 집합의 전체)

C "**Vì**"는 한 문장에서 결과와 원인의 의미를 갖는 두 개의 명제를 연결할 때 쓴다. 문형은 "명제1(결과) + **vì** + 명제2(원인)"의 형태이다.

D "**Nên**"은 한 문장에서 원인과 결과의 의미를 갖는 두 개의 명제를 연결할 때 쓴다. 문형은 "명제1(원인) + **nên** + 명제2(결과)" 형태이다.

E "**Vì** … **nên** …"은 원인과 결과의 의미를 갖는 두 개의 명제를 연결할 때 쓴다. 문형은 "**vì** + 명제1(원인) + **nên** + 명제2(결과)" 형태이다.

Bài đọc cơ bản

Đà Lạt – thành phố cao nguyên thơ mộng

Đà Lạt là một thành phố nằm ở vùng cao nguyên miền Trung Việt Nam, cách Thành phố Hồ Chí Minh khoảng 300 km. Từ Thành phố Hồ Chí Minh đến Đà Lạt đi ô tô mất khoảng 6 tiếng. Nhiều người gọi Đà Lạt là "thành phố mùa xuân" vì ở đó quanh năm mát mẻ, cây cối xanh tươi, đặc biệt là có nhiều loài hoa. Đà Lạt có nhiều danh lam thắng cảnh như chùa Trúc Lâm, thác Cam Ly, hồ Than Thở. Cảnh vật ở đây thật là thơ mộng. Nhiều đôi vợ chồng mới cưới đến thành phố này để hưởng tuần trăng mật.

Từ xưa, vùng đất này vốn chỉ có người dân tộc thiểu số sinh sống. Cuối thế kỷ 19, người Pháp đã phát hiện ra vùng đất này. Trong nửa đầu thế kỷ 20, từ một vùng hoang vu, họ đã quy hoạch và xây dựng thành một thành phố xinh đẹp với những biệt thự, công sở, khách sạn và trường học. Trải qua những thăng trầm của lịch sử, Đà Lạt ngày nay là một thành phố du lịch nổi tiếng.

Khi đến Việt Nam, bạn nên đến tham quan thành phố này. Có thể không phải tất cả những gì mà bạn trải nghiệm ở Đà Lạt đều làm bạn hài lòng, nhưng chắc hẳn thành phố này sẽ để lại cho bạn nhiều kỉ niệm đẹp.

Từ vựng 2

vùng	지역, 구역	cao nguyên:	(高原) 고원
quanh năm	연중	danh lam thắng cảnh:	(明藍勝景) 명승고적
chùa:	사찰(절)	thác:	폭포
thơ mộng:	시적인	cảnh vật:	(景物) 아름다운 경치
hưởng:	(享) 누리다	đôi:	쌍
xưa:	옛날	tuần trăng mật:	신혼여행
dân tộc:	(民族) 민족	vùng đất:	지역, 영토
phát hiện:	(發現) 발견하다	thiểu số:	(小數) 소수
quy hoạch:	(規劃) 계획하다	hoang vu:	(荒蕪) 황무지
công sở:	(公所) 국가기관의 주소	biệt thự:	(別墅) 별장
thăng trầm:	(昇沈) 부침(浮沈)	trải qua:	지나다, 통과하다(=trải nghiệm)
hài lòng:	기분좋은	trải nghiệm:	지나다
để lại:	남기다	chắc hẳn:	확실히, 틀림없이

Bài tập

1. 주어진 단어들을 한 번씩만 사용하여 아래 빈칸을 채우시오.

A: không, rất, còn

1) Chúng tôi ________ cần mua từ điển mới.

2) Chúng ta ________ nên thảo luận nhiều về vấn đề này.

3) Chúng tôi ________ phải cố gắng nhiều trong việc học tiếng Việt.

B: chưa, sẽ, cũng

1) Ngày mai chúng tôi ________ phải làm bài kiểm tra.

2) Các anh ________ nên đến thăm chị Thơm.

3) Chúng tôi ________ cần mua giầy.

C: cũng, không, rất

1) Các anh ________ nên thức khuya.

2) Tôi ________ phải đi bưu điện để gửi thư cho gia đình.

3) Tôi ________ cần gặp cô ấy.

D: cũng, đều, rất

1) Tất cả chúng tôi ________ cần mua thuốc lá.

2) Anh ________ nên đi nghỉ hè ở bờ biển.

3) Tôi ________ phải ở lại đây bốn năm.

2. 아래 문장에서 "cả"로써 "tất cả"를 대신할 수 있는 문장을 찾으시오.

1) Tất cả những ngôi nhà này đều mới xây.

2) Tất cả gia đình tôi đang sống và làm việc ở thủ đô.

3) Tất cả bốn mùa ở Đà Lạt đều mát mẻ.

4) Tất cả mọi người đều sống sung sướng.

5) Tất cả các cửa hàng đều mở cửa.

6) Tất cả lớp tôi đều học giỏi.

7) Tôi dịch được tất cả bài này.

8) Tôi đã làm xong tất cả những bài tập cũ.

3. 아래 문장을 접속사 "nên", "vì … nên …" 형태의 문장으로 만드시오.

1) Tôi không gặp anh Lee vì anh ấy đi vắng.

2) Tôi uống nhiều nước vì trời nóng quá.

3) Tôi muốn ăn phở vì đói.

4) Anh ấy buồn vì anh ấy không nhận được thư của vợ.

5) Tôi không thể dịch được bài này vì tôi không có từ điển.

6) Tôi chưa nói được tiếng Việt vì tôi mới học.

7) Tôi không biết tin tức mới vì tôi chưa đọc báo.

4. 아래 단어들의 반의어를 쓰시오.

trẻ	khó	đói
mệt	rét	nghèo

문제풀이

1. Lựa chọn từ thích hợp, điền vào chỗ trống:

   – **Ngày mai, ô tô xuất phát lúc 7h30. Vì thế tôi ______ có mặt trước 7h30.**

   ① nên ② phải
   ③ cần ④ sẽ

2. Lựa chọn từ thích hợp, hoàn thiện câu:

   – **Các chị ấy rất cần tìm một căn hộ nhỏ để thuê.**
   – **Chúng em ______ tìm một căn hộ nhỏ để thuê.**

   ① rất cũng đều ② cũng rất đều
   ③ đều cũng rất ④ cũng rất cần

3. Lựa chọn câu trả lời tương ứng với câu hỏi dưới đây:

   – **Theo anh, tôi có nên gặp chị ấy vào lúc này không?**
   – ______

   ① Theo tôi, anh có nên gặp chị ấy vào lúc này.
   ② Theo tôi, anh nên gặp chị ấy vào lúc này.
   ③ Theo tôi, anh nên muốn gặp chị ấy vào lúc này.
   ④ Theo tôi, anh có nên cần gặp chị ấy vào lúc này.

4. Lựa chọn câu hỏi tương ứng với câu trả lời dưới đây:

–

– **Có. Sáng mai, chúng em vẫn phải đến trường ạ.**

① Sáng mai, các em có đến trường không?

② Sáng mai, các em vẫn đến trường có phải không?

③ Sáng mai, các em có phải đến trường không?

④ Sáng mai, có phải các em vẫn đến trường không?

5. Tìm từ gần nghĩa với từ gạch dưới:

– **Tất cả nhân dân trên thế giới đều ghét chiến tranh.**

① Toàn bộ ② Toàn thể

③ Hầu hết ④ Mọi

6. Tìm câu gần nghĩa nhất với câu dưới đây:

– **Cả gia đình tôi sống ở thủ đô.**

① Tất cả các thành viên trong gia đình tôi đều sống ở thủ đô.

② Toàn bộ mọi người trong gia đình tôi đều sống ở thủ đô.

③ Tất cả mọi người trong gia đình tôi đều sống ở thủ đô.

④ Cả nhà tôi sống ở thủ đô.

7. Tìm từ trái nghĩa với từ gạch dưới trong câu:

– **Sau tám giờ làm việc, Bác mệt và đói.**

① vui & khoẻ ② rét & đói

③ khoẻ & no ④ ấm & no

8. Chọn cách giải thích từ ngữ đúng nhất:

– Người mua hàng được gọi là ______

① du khách ② hành khách

③ khách hàng ④ khách tham quan

9. Sắp xếp các từ, cụm từ sau thành câu đúng ngữ pháp:

mùa hè / vào / chúng tôi / tất cả / đều / muốn / ở / đi nghỉ / bãi biển

① Vào mùa hè, tất cả chúng tôi cũng đều muốn đi nghỉ ở bờ biển.

② Vào mùa hè, tất cả chúng tôi đều cũng muốn đi nghỉ ở bờ biển.

③ Vào mùa hè, tất cả chúng tôi muốn cũng đều đi nghỉ ở bờ biển.

④ Vào mùa hè, tất cả chúng tôi cũng muốn đều đi nghỉ ở bờ biển.

10. Đọc lại đoạn văn dưới đây trong bài đọc:

"Bác Hồ sống ở Pa-ri, thủ đô nước Pháp trong nhiều mùa đông. Bác phải thuê một căn phòng nhỏ của một khách sạn nghèo ở xóm lao động. Buổi sáng, trước khi đi làm, Bác Hồ để một viên gạch vào bếp lò của khách sạn. Ban đêm Bác lấy viên gạch ấy ra, bọc nó vào trong những tờ báo cũ. Bác để viên gạch ấy ở dưới nệm để chống rét."

Trả lời câu hỏi sau:

Bác Hồ đã chống rét bằng cách nào?

① Bác lấy 1 viên gạch bọc trong báo cũ rồi để dưới nệm.

② Bác lấy 1 viên gạch cho vào bếp lò rồi bọc trong báo cũ để dưới nệm.

③ Bác lấy 1 viên gạch cho vào bếp lò rồi để dưới nệm.

④ Bác lấy 1 viên gạch cho vào bếp lò rồi bọc trong báo cũ.

정답

Bài 01 1. ② 2. ③ 3. ③ 4. ② 5. ② 6. ④ 7. ③ 8. ③ 9. ① 10. ②

Bài 02 1. ② 2. ② 3. ① 4. ④ 5. ③ 6. ④ 7. ③ 8. ② 9. ④ 10. ③

Bài 03 1. ③ 2. ② 3. ④ 4. ① 5. ④ 6. ② 7. ② 8. ④ 9. ② 10. ②

Bài 04 1. ② 2. ③ 3. ③ 4. ① 5. ③ 6. ② 7. ③ 8. ④ 9. ④ 10. ④

Bài 05 1. ④ 2. ② 3. ② & ③ 4. ① 5. ② 6. ③ 7. ① 8. ③ 9. ④ 10. ③

Bài 06 1. ④ 2. ③ 3. ② 4. ③ 5. ② 6. ③ 7. ① 8. ② 9. ③ 10. ②

Bài 07 1. ② 2. ④ 3. ③ 4. ④ 5. ② 6. ② 7. ① 8. ① 9. ④ 10. ③

Bài 08 1. ② & ③ 2. ② 3. ④ 4. ③ 5. ③ 6. ④ 7. ② 8. ① 9. ③ 10. ④

Bài 09 1. ② 2. ② 3. ② 4. ③ 5. ③ 6. ③ 7. ③ 8. ④ 9. ② 10. ④

Bài 10 1. ④ 2. ③ 3. ② 4. ② 5. ① & ② 6. ④ 7. ③ 8. ③ 9. ④ 10. ③

Bài 11 1. ③ 2. ③ 3. ② 4. ③ 5. ② 6. ② 7. ④ 8. ④ 9. ② & ④ 10. ③

Bài 12 1. ① & ② 2. ③ 3. ③ 4. ④ 5. ② 6.④ 7. ④ 8. ③ 9.① 10. ②

Bài 13 1. ② 2. ③ 3. ④ 4. ② 5. ② 6. ② 7. ③ 8. ③ 9. ② 10. ③

Bài 14 1. ③ 2. ② & ③ 3. ④ 4. ③ 5. ① 6. ① 7. ② 8. ② 9. ② 10. ③

Bài 15 1. ② 2. ④ 3. ② 4. ③ 5. ② 6. ④ 7. ③ 8. ③ 9. ① 10. ②

한국인을 위한

베트남어 길잡이 ❶

한국인을 위한

베트남어 길잡이 ❶ 개정판

개정판 1쇄 발행 2014년 8월 10일
개정판 2쇄 발행 2018년 1월 25일

편저자 송정남
발행인 김인철
총괄 · 기획 가정준 Director, University Knowledge Press
편집장 신선호 Executive Knowledge Contents Creator
도서편집 박현정 Contents Creator
전자책편집 이리나 e-Contents Creator
재무관리 김은혜 Managing Creator
마케팅 파트장 백승이 Chief Marketing Creator
마케팅 박종원 Marketing Creator
발행처 한국외국어대학교 지식출판원
02450 서울특별시 동대문구 이문로 107
전화 02)2173-2493~7
팩스 02)2173-3363
홈페이지 http://press.hufs.ac.kr
전자우편 press@hufs.ac.kr
출판등록 제6-6호(1969. 4. 30)
디자인 · 편집 (주)이환디앤비 02)2254-4301
인쇄 · 제본 네오프린텍 02)718-3111

ISBN 978-89-7464-928-9 14730 정가 20,000원
ISBN 978-89-7464-927-2 (세트)

*잘못된 책은 교환하여 드립니다.

HU:NE은 한국외국어대학교 지식출판원의 어학도서, 사회과학도서, 지역학 도서 Sub Brand이다. 한국외대의 영문명인 HUFS, 현명한 국제전문가 양성(International+Intelligent)의 의미를 담고 있으며, 휴인(携引)의 뜻인 '이끌다, 끌고 나가다'라는 의미처럼 출판계를 이끄는 리더로서, 혁신의 이미지를 담고 있다.